சொல்லப்படாத உண(ர்)வு கதை

க. ஜீவா நாதன்

செy்லப்படாத உண(ர்)வு கதை
கதை
ஆசிரியர் : க.ஜீவா நாதன் ©
முதல் பதிப்பு : ஜீன் 2022
வெளியீடு : ஏலே பதிப்பகம்
5/175, பாத்திமா நகர், கூத்தென்குழி,
திருநெல்வேலி - 627104
தொடர்புக்கு : +91 9944992571

SOLLAPPADAATHA UNA(R)VU KADHAI
Story
by K. JEEVA NATHAN ©
First Edition : May 2022
Pages: 133
ISBN : 978-93-5533-415-2
Aelay Publish

Contact : +91 9944992571

Designed by : **அதுல்யா ரஷ்மி**

<u>சமர்ப்பணம்</u>

அமரர். கல்கி கிருஷ்ணமூர்த்தி

அமரர். கலைஞர் மு. கருணாநிதி

அமரர். கவிஞர் வாலி

அமரர். சுஜாதா ரங்கநாதன்

திரு. கமல்ஹாசன்

மற்றும்

எனது குடும்பத்திற்கும், எனது
நண்பர்களுக்கும்

இறுதியாக

இயற்கையால் படைக்கப்பட்ட அனைத்து
உயிரினங்களுக்கும்

<u>நான் இப்புத்தகம் எழுதுவதற்கு காரணமாய்
இருந்தவர்கள்</u>

அமரர். கல்கி கிருஷ்ணமூர்த்தி ஐயா அவர்களுக்கு எனது முழு முதல் நன்றி. நான் இந்தப் புத்தகத்தை எழுதுவதற்கு முதல் முக்கியக் காரணம் இவர். என்னை எழுதத் தூண்டியவர், என்னை எழுத வைத்தவர், எனக்குள் இருந்த எழுத்தாளரை எனக்கு அறிமுகம் செய்தவர். இவரைப் பற்றி கூற ஒரு நாவல் எழுதலாம்.

அமரர். சுஜாதா ரங்கநாதன் அவர்களுக்கு நன்றி. நான் இவரை முதன்முதலில் ரசித்துப் பார்த்தது திரைப்பட எழுத்தாளராக, வசனகர்த்தாவாக. அந்த தனித்துவமான எழுத்துக்கள், வசனங்கள் மூலமாக நான் வெகுவாக ஈர்க்கப்பட்டேன். பின்னர் திரைப்படத்தைத் தாண்டி இலக்கியத்திலும் இருந்த இவரது பங்களிப்பை பற்றி பலர் கூறக் கேட்டு வியந்தேன். பிறகு என் கல்லூரி நாட்கள் போதுதான் இவரின் சிறுகதைகளை படிக்கத் தொடங்கினேன். இவரின் தனித்துவமான கதை சொல்லலும், கதையாக்கமும் என்னை வெகுவாக கவர்ந்தது. இவரின் வசனமும், எழுத்தும் ஒரு காரணம் நான் இப்படி கதைகள் எழுதவதற்கு.

அடுத்ததாக **திரு. கமல்ஹாசன்** அவர்களுக்கு என் நன்றி. கமல்ஹாசன் என்ற நடிகரை நான் உட்பட இங்கே அனைவருக்கும் பிடிக்கும். ஆனால் அதைவிட எனக்கு **எழுத்தாளர் / இயக்குனர் கமல்ஹாசன்** அவர்களை மிக பிடிக்கும். காரணம்

அவர் நடித்த திரைப்படங்களைக் காட்டிலும் இவர் திரைக்கதை, வசனங்கள் எழுதிய திரைப்படங்கள் எனக்குள் அப்படியொரு தாக்கத்தை ஏற்படுத்தியது. இவரின் எழுத்து உணர்வுப்பூர்வமாக, அறிவுப்பூர்வமாக, ஆழமாகவும் இருக்கும். இவரின் எழுத்தின் மீது இருந்த ஆச்சரியமே ஒருவகையில் நான் எழுதுவதற்கு காரணமாய் இருந்தது.

இவர் பிறந்த மண்ணில் தான் நானும் பிறந்தேன் என சொல்லிக்கொள்வதில் ஒருவகையில் எனக்கு சற்று பெருமையே, இவருக்கும் எனக்கும் உள்ள ஒரே ஒற்றுமை **பரமக்குடி.**

<u>பொன்னியின் செல்வன் விதைத்த விதை</u>

என் இளமை காலங்களில் பள்ளி பாடப்புத்தகங்களை தவிர சில நேரங்களில் நாளிதழில், வார இதழில் வரும் சிறுகதைகளை மட்டுமே படித்திருந்தேன். அதன் பின் தான் நான் முன்னமே அறிந்திருந்த **பொன்னியின் செல்வன்** என்ற நாவலை என் கல்லூரி நாட்களில் தான் வாசிக்கத் தொடங்கினேன். பாடப்புத்தகங்களை தவிர நான் படித்த முதல் நாவல் அதுவே. அந்த நாவலை வாசிக்க வாசிக்க எனக்குள் இருந்த எழுத்தாளரை எனக்கு அடையாளம் காட்டி புது விதையை என்னுள் விதைத்தது அந்நாவல். பொன்னியின் செல்வனை படிக்கத் தொடங்கி இந்தப் புத்தகத்தை எழுதி முடித்த வரைக்கும் நான் பத்து அல்லது பதினைந்து புத்தகங்களை மட்டுமே வாசித்திருந்தேன்.

ஒரு நாள் நான் எழுதிய ஒரு சிறுகதையை என் நண்பரிடம் கொடுத்து படிக்க சொன்னேன். அவரும் அதைப் படித்து அதிலுள்ள குறை நிறைகளைப் பற்றி கூறினார், "நீ நல்லா ட்ரை பண்ணிற்க்க. ஆனா இன்னும் பெட்டரா எழுதனும். நீ எந்த கான்செப்ட்ல கதை எழுத போறியோ அது ரிலேட்டடா மினிமம் 25 புக்ஸ் படிச்சா தான் உனக்கு எப்பிடி எழுதுறதுன்னு ஒரு ஐடியா கெடைக்கும்" என்று சொன்னார். ஒருவகையில் அது சரியே. அதன்பின் சில மாதத்திற்கு பிறகு நான் மீண்டும் ஒரு சிறுகதை எழுதத் தொடங்கினேன், எழுதினேன் எழுதிக்கொண்டே இருந்தேன், சிறுகதை முழுக்கதை ஆனது. என் நண்பர் கூறியதற்கு மாறாக 25 புத்தகங்களில் ஒரு புத்தகம் கூட படிக்காமலே ஒரு கதையை எழுதி முடித்தேன். அந்தக் கதை தான் இன்று இந்தப் புத்தகமாக.

பத்து, பதினைந்து புத்தகங்களை மட்டுமே வாசித்த என்னால் எப்படி ஒரு குறுநாவல் எழுத முடிந்தது என்று என்னை நினைத்து நானே ஆச்சரியப்பட்டேன். ஆனால் அதற்கான விதை தான் **கல்கியின் பொன்னியின் செல்வன்.** அது எனக்குள் ஏற்படுத்திய தாக்கமே என் கற்பனை திறனை விரிவடைய செய்தது.

இக்கதை உருவான கதை

பொன்னியின் செல்வன் என்னும் மிகப்பெரிய விருட்சத்தில் இருந்து விழுந்த விதை

இந்தப் புத்தகம் நான் எழுதுவதற்கு அடித்தளம் தான் பொன்னியின் செல்வன். இந்தக் கதை தோன்றுவதற்கு முதல் காரணம் பொன்னியின் செல்வன் நாவல். பொன்னியின் செல்வன் என்கிற மிகப் பெரிய விருட்சத்தில் இருந்து விழுந்த மிக சிறிய விதை, இன்று புத்தகம் எனும் ஒரு செடியாக வளர்ந்திருக்கிறது. பொன்னியின் செல்வனில் இருந்து மிக சிறிய பகுதி அதாவது நான்கு வரி காட்சியிலிருந்து தோன்றிய கதை தான் இது. அதை படித்ததும் அது என்னை ஈர்த்தது, அந்த நொடியே என் கற்பனையில், அதே காட்சி வேறொரு பரிமாணத்தில் தோன்றியது. உடனே அதை எழுதி வைத்துக் கொண்டேன்.

கமல்ஹாசனின் "ஹே ராம்" திரைப்படத்தால் மேலும் வளர்ந்த விதை

நான் முன்பு கூறியிருந்ததைப் போல கமல்ஹாசன் அவர்கள் எழுதிய பல வசனங்கள் பலவித உணர்ச்சிக்கு ஏற்றவாறு இருக்கும், பெரும் தாக்கத்தை ஏற்படுத்தும். அப்படி ஒரு மீளா தாக்கத்தை என்னுள் ஏற்படுத்தியது இந்த 'ஹே ராம்' படத்தின் வசனங்கள். வசனம் மட்டும் அல்ல, அத்திரைப்படமே பெரும் தாக்கம் தான். அந்த படத்தின் ஒரு காட்சியில் சாகேத் ராமின் மனைவி மைதிலி, ஸ்ரீராம் அப்யேங்கரிடம் பேசும் வசனம் என்னுள் மிகப் பெரிய தாக்கம் ஏற்படுத்தியது. அந்த வசனம் மட்டும் என் மனதுள்ளே ஆழமாய் பதிந்தது.

அந்த இரு வரி வசனம் என் கதைக்கு பெரும் பங்களிப்பை அளித்தது.

பொன்னியின் செல்வனில் என்னை ஈர்த்த நான்கு வரி காட்சி வெகு சீக்கிரமாக கதையாக மாறியதற்கு இந்த திரைப்படத்தில் வந்த அந்த இரண்டு வரி வசனமும் தான் காரணம். மிகவும் மிக சிறிய அந்தக் காட்சியோடு இந்த வசனத்தை அதோடு சேர்த்து, அக்காட்சியை வேறு பரிமாணத்தில் மாற்றி கதையாக எழுதினேன். அன்று தான் எனக்கு புரிந்தது, எதனால் அந்த வசனம் என் மனதில் தேங்கியிருந்தது என்று.

<u>மனமார்ந்த நன்றி</u>

"தாமிரபரணியில் கொல்லப்படாதவர்கள்" என்கின்ற அருமையான சிறுகதைகளை கொடுத்த **எழுத்தாளர் திரு. மாரி செல்வராஜ்** அவர்களுக்கு நன்றி. நான் இந்தக் கதை எழுதி முடிக்கும் தருவாயில் போதுதான் அந்தப் புத்தகத்தைப் படித்தேன். படிக்கும்போதே மனதிற்குள் ஏதோ செய்தது. படித்து முடித்த சில நாள் வரைக்கும் அக்கதையின் தாக்கம் மனதுக்குள்ளே இருந்தது. அந்த புத்தகத்தில் இவரின் கதை சொல்லல் விதம் எனக்கு மிகவும் பிடித்துப்போனது. எனது கதையில், கதை சொல்லலுக்கு ஒருவகையில் இவரின் கதை சொல்லல் முறை எனக்கு பெரிதும் உதவியது. அதற்கு **எழுத்தாளர் திரு. மாரி செல்வராஜ்** அவர்களுக்கு நன்றி.

<u>நன்றியுரை</u>

இந்த நன்றியுரையில் யாருக்கு என் முதல் நன்றியை கூறுவது என தெரியவில்லை. என் முதல் நன்றியை இவ்வாறு தொடங்குவது சரியாக இருக்கும் என நான் கருதுகிறேன். இயற்கை கடவுளான **"நிலம், நீர், நெருப்பு, காற்று, ஆகாயம்"** ஆகிய ஐம்பூதங்களுக்கு எனது முதல் நன்றி.

இவர்களுக்கு நன்றி சொல்ல தேவையில்லை. ஆனாலும் சொல்கிறேன். என்னைப் பெற்று, வளர்த்து இன்று வரைக்கும் என்னை சுமந்துக் கொண்டும் எனது குறிக்கோளை நோக்கி நான் பயணிக்க எனக்கு உத்வேகம் கொடுத்த, என் குடும்பத்தில் இருக்கும் என் அனைத்து அன்பு உறவிற்கும் நன்றி. இதுவரைக்கும் சொன்னதும் இல்லை, இனி எப்போது சொல்வேன் என்றும் தெரியவில்லை, ஆனாலும் நன்றி கூறுகிறேன்.

இதுவரை நான் பயணித்த எனது வாழ்க்கைப் பயணத்தில் ஏதோ ஒரு விதத்தில் எனக்கு உதவியாய் இருந்த எனக்கு முகம் தெரிந்த, தெரியாத நபர்கள் அனைவருக்கும் என் நன்றிகள்

என் வாழ்க்கைப் பயணத்தில் என்னுடன் வருபவர்கள், சரியான நேரத்தில் உதவுபவர்கள், என் குறிக்கோளை நோக்கிப் போகும்போது உற்சாகமும் உத்வேகமும் கொடுக்கும் உண்மையானவர்கள். எனது இனிய, கஷ்ட காலங்களில் என் தோளுக்குத் தோளாக நின்ற, நிற்கும் என் அனைத்து நண்பர்களுக்கு என்றென்றும் நன்றி.

எனக்கு நண்பர்கள் என பலர் இருந்தாலும், அவர்களில் நால்வர் என் பள்ளிப்பருவத்தில் இருந்து இன்று வரையிலும் பன்னிரெண்டு ஆண்டுகளுக்கு மேல் என்னோடு பயணித்துக்கொண்டு என் பலம்,

 சொல்லப்படாத உண(ர்)வு கதை

பலவீனத்தை பற்றி நன்றாக தெரிந்துக்கொண்டும் என் மனக் கஷ்டத்தையும், பணக்கஷ்டத்தையும் போக்கி எனக்கு துணையாக இருந்து நான் வளர்வதற்கு ஒரு முக்கிய பங்காக இருக்கும் அந்த நால்வருக்கும் நன்றி சொல்லுவது அவசியமில்லை என்றாலும் ஏதோ ஒரு தருணத்தில் சொல்ல நேரும், அதை இந்த தருணத்தில் நன்றி சொல்லுவது நன்று.

இந்தப் புத்தகத்தை எழுத ஆரம்பித்ததிலிருந்து முடிக்கும் வரையிலும் பல முறை படித்தும், எழுத்துப்பிழையை திருத்திக் கொடுத்தும் எனக்கு நிழலாகவும், முதல் வாசகர்களாகவும் இருந்த என் சகோதரிகள் **செளந்தர்யா ஸ்ரீபதி, கிரிஜா இரவீந்திரன்** இருவருக்கும் என் நன்றி.

இறுதியாக, வாசகர்களாகிய உங்களுக்கு எனது மனமார்ந்த நன்றியை தெரிவிக்கின்றேன். இது எனது முதல் புத்தகம். ஏதோ எனக்கு தெரிந்த அறிவோடு ஒரு குறுநாவல் எழுதியுள்ளேன், இந்தப் புத்தகம் உங்களை கவருமா என்பது எனக்கு தெரியாது. ஆனால் ஏதோ ஒருவகையில் இது உங்களை திருப்திபடுத்தும் என நம்புகிறேன். இப்புத்தகத்தில் வார்த்தைப் பிழை போன்று ஏதேனும் தவறுகள் இருந்தால் எனக்கு தெரியப்படுத்துங்கள், அதை திருத்தி அதுபோல தவறுகள் அடுத்த முறை வராமல் சரியாக எழுதுவேன் எனக் கேட்டுக்கொள்கிறேன். எனவே இதைப் படித்து உங்களின் மதிப்புமிக்க கருத்துகளை எனக்கு தெரியப்படுத்துங்கள்.

நன்றியுடன்

கு. ஜீவா நாதன்

jeevabsm@gmail.com

+91 9677888212

<u>**கதையைப் பற்றி**</u>

இவ்வுலகில் சொல்வதற்கும் கேட்பதற்கும் பலவகை கதைகள் இருக்கின்றன, தினந்தோறும் பலவகை கதைகள் உருவாகின்றன. எனினும் தெரியப்படாத பல கதைகள், பல உயிர்களின் கதைகள், பல உயிர்களின் வாழ்க்கைகள் என சொல்லப்படாத கதைகளை தெரியப்படுத்தவும். இந்த உலகில் வாழும் அனைத்து மக்களுக்கு அவர்களைப் போலவும் அவர்களை விடவும் பல அழகான உயிர்கள் இருக்கின்றது என நினைவுப்படுத்தவும் இதுபோன்ற பல காரணங்களுக்காக இந்தக் கதை எழுதப்பட்டது

உலகில் வாழும் உயிரினங்கள் அனைத்திற்கும் தேவையான முதன்மையான உணவை மையமாக வைத்துக் கொண்டு நடத்தப்படும் அரசியல், உலக வணிகம், உணவு சந்தை, போட்டி, போர், ஏற்றத்தாழ்வு, வறட்சி, புலம்பெயர்த்துதல், புறக்கணிப்பு, தீண்டாமை போன்ற கொடிய வாழ்க்கைப் போராட்டத்தில் சிக்கிக் கொண்ட சில ஜீவன்களின் கதை தான் இது.

"தனி ஒருவனுக்கு உணவில்லையெனில்
ஜெகத்தினை அழித்திடுவோம்"

– மகாகவி பாரதியார்

இக்கதையை எப்படி தொடங்குவது, இந்த உலகத்திற்கு உங்களை எப்படி வரவேற்பது, இந்த உலகத்தை எப்படி உங்களிடம் அறிமுகப்படுத்துவது. எப்படி தொடங்குவது என்று எனக்கு தெரியவில்லை, ஆனாலும் தொடங்குகிறேன்.

கடவுள் நம்பிக்கையற்ற எழுத்தாளர் ஒருவர், தன் இளமை பருவத்தில் நடந்த நிகழ்வுகளை வைத்து அதோடு கூட அவரின் கற்பனை புனைவுகள் சிலவற்றை சேர்த்து ஒரு கதை எழுத ஆயத்தமாகிருக்கிறார். இப்போது எழுதத் தொடங்கிவிட்டார். ஒரு வெள்ளை காகிதத்தில் அவரின் மனதிலும் மூளையிலும் இருக்கின்ற அந்தக் கதைகளை எழுதத் தொடங்கிவிட்டார். இவர் கதையை எழுத எழுத அந்த வார்த்தைகளையும், எழுதுகோலையும் பின்தொடர்ந்து இவர் எழுதப்போகும் அக்கதையை அறிந்து கொள்வோம்.

இல்லை, அதை இப்படி செய்யலாம். அந்த வார்த்தைகளையும், எழுதுகோலையும் பின்தொடர்வதை விட்டுவிட்டு மற்றொரு வழியை மேற்கொள்ளலாம்.

இவர் தனது எழுதுகோலை பிடித்து எழுத எழுத வரப்போகும் வார்த்தைகளின் அல்லது கதைகளின் பிறப்பிடமான இவரின் மூளைக்கும், ஆழ்மனதிற்கும் சென்று உண்மையான வடிகட்டாத அந்தக் கதையை, அவர் சொல்ல

நினைக்கும் அந்தக் கதையை அவரின் கையில் இருக்கும் எழுதுகோலை போய் சேரும் முன் அவர் மனதில் உலாவிக்கொண்டிருக்கும் அக்கதையை நாம் காணலாம்.

இவர் தன் கதையை எழுதிக்கொண்டே இருக்கட்டும். நாம் இவரை தொந்தரவு செய்யாமல் இவரின் மனதிற்குள் இருக்கும் கதையை சென்று போய் பார்ப்போம், வாருங்கள். அந்தக் கதைக்கு இவர் வைத்திருந்த பெயர் "மிருக தர்மம்"

மிருக தர்மம்

அத்தியாயம் – 1

கணக்காளரும் பெரிய மேலதிகாரியும்

இந்த பிரபஞ்சத்தில் ஏதோ ஒரிடத்தில் ஒரு நபர், கனமான புத்தகம் ஒன்றை புரட்டி பார்த்துக் கொண்டிருக்கிறார். அவரை எழுத்தாளர் அல்லது கணக்காளர் என்று அடையாளப்படுத்தலாம். அவர் யாரென்று பின்வரும் கதைகளில் தெரியவரும். அது தெரியவரும் வரை இவரை கணக்காளர் என்று அழைக்கலாம். அவர் அந்தப் புத்தகத்தை சரிபார்த்த பின் அவரின் மேலதிகாரிக்கே பெரிய மேலதிகாரியான ஒருவரிடம் புத்தகத்தை கொடுத்து, தான் பார்த்த கணக்கு வழக்குகளைப் பற்றியெல்லாம் அவரிடம் விவரமாக கூறினார். பின் இருவரும் அப்புத்தகத்தை பற்றியும் அதில் இருக்கும் சில விஷயங்களை பற்றியும் பேசிக்கொண்டார்கள். பேச்சுவார்த்தை முடிந்ததும் மேலதிகாரி சிறு நேரம் யோசித்து பின் இருவரும் ஒரு இடத்திற்குச் சென்றனர்.

அந்த இடத்தில், ஒரு நீண்ட பெரிய மலையிலிருந்து சில மையில் தூரத்திலிருக்கும் கிராமத்திற்கு சற்று தொலைவில், ஆள் நடமாட்டம் இல்லாத ஒரு குறுகிய பாதையில் கணக்காளரும், அவரின் மேலதிகாரிக்கே பெரிய மேலதிகாரியும் அருகில் இருந்த ஒரு மரத்தின் இடுக்கில் இருந்துக்கொண்டு நடப்பவைகளை

பார்த்துக்கொண்டும், ஏதோ ஒன்றை எதிர்ப்பார்த்தும் காத்துக்கொண்டிருந்தார்கள்.

அப்போழுது அதே சாலையில் மிகவும் சோர்வுடன் மெதுவாக நடந்து வந்து கொண்டிருந்த அப்பாவித்தனமான வெளித்தோற்றமும், பேச்சாற்றல், அறிவாற்றல் கலந்த 13-15 வயது மதிக்கத்தக்க சிறுவன் ஒருவன் சுட்டெறிக்கும் வெயிலால் திடீரென மயங்கி விழுக, சில நிமிடம் வரை யாரும் அங்கு வராததால் இருவரும் சுற்றி பார்த்துவிட்டு சிறுவன் அருகில் சென்று அவனை எழுப்புகிறார்கள். அவனை தூக்கி மரத்தின் அடியில் நிழலில் உட்கார வைத்தார்கள். பின் அவன் மயக்கம் தெளிந்து மெல்லத் தன் கண்களை திறந்து இவ்விருவர்களை பார்த்தான்.

"சிறுவனே, யாரப்பா நீ. என்ன ஆனது, ஏன் மயங்கி விழுந்துவிட்டாய்" என்று மேலதிகாரி கேட்க, சில வினாடி எதுவும் பேசாமல் பின் மயங்கி விழுந்த சோர்வு நீங்கி, "ஒரே பசி. நேத்துல இருந்து சாப்புடல"

"சாப்பிடவில்லையா ! ஏனப்பா சாப்பிடவில்லை ?"

"சாப்புடறதுக்கு வீட்ல எதுவும் இல்ல. வீட்ல மட்டுமில்ல வீட்ட சுத்தியும் சாப்புடறதுக்கு எதுவும் இல்லை"

"சாப்பிடுவெதற்கு எதுவும் இல்லையா ? ஏன் இந்த நிலைமை, எதனால் இப்படி ?"

"பஞ்சம் வறட்சின்னு சொல்றாங்க. முன்னாடிலாம் இந்த காட்டுல இருந்தும், சுத்தி

இருக்குற கிராமத்து ஊர்க்காரங்கள்ட இருந்தும் எங்களுக்கு சாப்புடறதுக்கு பழம், காய்கறி, அரிசி, சாதம் இப்பிடி எதாச்சும் கெடைக்கும்".

"இப்பொழுது அப்படி எதுவும் கிடைக்கவில்லையா?"

"கொஞ்ச பேர் குடுத்தாங்க, நெறைய பேர் குடுக்கல. பெறவு ஆறு மாசம் முன்ன இருந்து அவுக குடுக்கறத கொஞ்சம் கொஞ்சமா கொறச்சுக்குட்டாங்க. அதுக்கப்பறத்துல இருந்து முன்னாடி நல்லா இருந்த இந்த காடும் இப்போ இப்படி ஆய்ருச்சு, இந்த மூணு மாசத்துல இந்த காட்டுல எந்த பழமும், காய்கறியும் இப்போலாம் கெடைக்கிரதில்ல."

"அது சரி, நீ எங்கிருந்து வருகிறாய் சிறுவனே"

"அதோ தெரியுதுல ஒரு பெரிய மலை அந்த மலைல இருந்தும், அப்பறம், அதுக்கு கீழ இருந்தும், அப்பறம் இந்த கெழக்கால இருக்குற ஒரு கிராமத்துக்கு பக்கத்துல இருந்தும் வரேன்".

"நீ சொல்வது ஒன்றும் எனக்கு புரியவில்லையே சிறுவனே"

"நாங்க மொதோ மொதல்ல, அந்த மலைல தான் நாங்க எல்லாரும் ரொம்ப சந்தோஷமா என்னோட நாலு வயசு வரைக்கும் இருந்தோம். அப்பறம் ஒரு நாள் இந்த அரசாங்கம் எங்கள மலைக்கு அடிவாரத்தில தான் இனிமே இருக்கனும்னு சொல்லிடாங்க. அதனால அங்க ரெண்டு வருஷம் இருந்தோம். பெறவு, அந்த அடிவாரத்துல ஏதோ ஒன்னு வரப்போகுதாம் அதனால அங்கருந்தும் எங்க எல்லாரையும் கிழக்கால இருக்குற ஒரு

கிராமத்துல இருக்க சொன்னாங்க. ஆனா அந்த ஊர்க்காரங்க எங்கள அங்கலாம் இருக்க கூடாதுன்னு சொல்லி அந்த கிராமத்துக்கு பக்கத்துல இருக்குற ஒரு இடத்துல போய் இருக்க சொல்லிட்டாங்க. இப்படி நான் மூணு எடத்துல இருந்து மாறி மாறி வரேன்".

"தனியாக நீ மட்டுமா இங்கே வந்தாய். உன்னுடன் வேறு யாரும் வரவில்லையா".

"இல்ல நா மட்டும் தான் வந்தேன். அம்மா, தங்கச்சி, அப்பத்தாலாம் வீட்ல இருக்காங்க, அப்பா வேறொரு எடத்துக்கு போய் சாப்புட எதாவது கொண்டு வர போயிருக்கார். அதான் அவர் வரவரைக்கும் சாப்புடறதுக்கு எதாச்சும் கெடைக்குமானு பக்கத்துல தேடிட்டு இருந்தேன்"

"எப்படியோ கெடச்சத வீட்லபோய் குடுத்தேன். நான் சாப்புட்டேன்னு போய் சொல்லி, என் பங்க குட்டிராசுக்கு குடுத்தேன். இப்போ எனக்கு பசிக்குதேன்னு வீட்ல எதும் சொல்லாம சாப்புட எதாச்சும் கெடைக்குதான்னு தேடிட்டு இந்த பக்கம் வந்தேன் அப்போதான் பசி தாங்க முடியாம கெறங்கி விழுந்துட்டேன்".

"ஓஹோ. அது சரி, யாரப்பா குட்டிராசு"

"அவன் நா வளக்குற நாய். பாக்க அழகா இருப்பான். என் அம்மா, அப்பா, தங்கச்சி, அப்பத்தா போல அவனும் எனக்கு உசுரு".

சிறுவன் பதில் கூறிய விதத்தை பார்த்து அவனை ரசித்து பார்த்து பின் ஒருவரையொருவர் பார்த்துக் கொள்கிறார் கணக்காளரும், மேலதிகாரியும்.

சொல்லப்படாத உண(ர்)வு கதை

"அதுசரி நீங்க என்ன பாஷ பேசுறிங்க. நீங்க பேசுறது தமிழ் மாதிரியும் இருக்கு, ஆனா தமிழ் மாதிரியும் இல்லையே. என் பள்ளிகூடத்துல தமிழ் வாத்தியார விட கொரவா பேசுறிங்க"

அவர் இந்த சிறுவன் பேசுவதை ரசித்து, "இதுவும் தமிழ் தான். ஆனால் ஒருவகை பழங்கால தமிழ்"

"ஓஹோ, அப்போ நீங்க வயசானவங்களா. ஆனா பார்த்தா அப்படி தெரியலையே. அது என்ன உங்களுக்கு தொப்பி இப்படி இருக்கு, நீங்க என்ன இப்படி கொண்ட போட்றுகிங்க. ஆமா நீங்கல்லாம் யாரு, எங்கருந்து வந்துருகிங்க ?" என இருவரையும் பார்த்துக் கேட்டான்.

மேலதிகாரி சிரித்து சில வினாடி யோசித்து, "சரி நான் எங்களைப் பற்றி பிறகு கூறுகிறேன். அதற்கு முன் நாங்கள் உனக்கு புத்தகம் ஒன்றை காண்பிக்கின்றோம், அதில் இருக்கும் ஒரு கதையை நாம் சேர்ந்து படிக்கலாமா ?"

"படிக்கணுமா ?. எதுக்கு நான் படிக்கணும். நானே பசிக்குதேன்னு இங்க எதாவது கெடைக்குமான்னு தேடிட்டு இருக்கேன். இதுல நீங்க என்னடான்னா இப்பிடி சொல்றிங்க. ஏன் உங்களுக்கு படிக்க தெரியாதா என்ன"

"சிறுவனே அவசரப்பட வேண்டாம் எங்களுக்கு இந்தத் தமிழை சரிவர படிக்க வராது அதனால் தான் உன்னிடம் கேட்கிறோம். சரி இதை நீ எங்களுக்காக படிக்க வேண்டாம். நீ உனக்காக படி. நான் சொல்கிற கதையை நீ படித்தால் உனக்கு பல நன்மைகள் வரும்"

"அப்படின்னா இதை படிச்சா எனக்கும் எங்க குடும்பத்துக்கும் சாப்பாடு கெடைக்குமா ?. இப்போ உங்கள்ட்ட சாப்புடறதுக்கு எதாச்சும் இருக்கா. இருந்தால் கொடுங்க சாப்டுட்டு படிக்கிறேன்"

அந்த மேலதிகாரி சற்று சிரித்து, "இப்பொழுது பசி எடுக்கிறதா உனக்கு"

அச்சிறுவன் தன் வயிற்றை தொட்டுப்பார்த்து, உணர்ந்து "அட ஆமா, இப்போ பசி எடுக்கல. அது எப்படி"

அவர் சிரித்து, "இனி உனக்கு பசி எடுக்காது"

"அப்பிடியா, நெசமாவா சொல்றிங்க, ஏன்" என ஆச்சரியத்துடன் கேட்டான்.

"ஆம். அதன் காரணங்களை நீ பிறகு அறிவாய். இப்பொழுது நான் கொடுக்கின்ற கதையை நீ படித்து முடித்தால் பின் உனக்கு ஏன் இப்போது பசி எடுக்கவில்லை, இனி ஏன் உனக்கு பசி எடுக்காது என்ற காரணத்தை நான் கூறுகிறேன். அதன்பின் எங்களை பற்றி நீ அறிவாய்".

அவர் கூறியபின், கணக்காளர் தான் வைத்திருந்த புத்தகத்தை திறந்து குறிப்பிட்ட பக்கத்தை எடுத்து மேலதிகாரியிடம் கொடுத்தார். மேலதிகாரி, "வா சிறுவனே இந்தக் கதையை படி"

"இது நீங்க பேசுற மாதிரி தமிழ்ல்ல இருக்குது"

"உனக்கு இதை படிக்க தெரியுமல்லவா"

"என்ன பாத்தா படிக்க தெரியாதவன் போல இருக்கா. இதுல அங்கங்க சில வார்த்தை எனக்கு புரியலையே"

"நீ பள்ளிக்கு சென்றாயா" என கிண்டலடித்தார்

"நான் நெசமாவே பள்ளிகூடத்துக்கு போனே. அஞ்சாவது வரைக்கும் படிச்சேன். அதுக்கு அப்புறம் பள்ளிகூடத்துக்கு போறது நிப்பாட்டிட்டேன்".

"ஏன்"

"முன்னாடிலாம் பள்ளிகூடத்துல அஞ்சு நாளு சாப்பாடு போடுவாங்க அதுக்காக தான் நான் முக்கியமா போனேன். அஞ்சாவதுக்கு அப்பறம் எனக்கும் இன்னும் கொஞ்ச பேருக்கு மட்டும் சாப்பாடு போடறதில்ல. அதனால பள்ளிகூடத்துக்கு போறத நிப்பாட்டிட்டேன்".

"ஏன் உங்களுக்கு உணவு அளிப்பதில்லை"

"தெரியல. இப்போலாம் சாப்பாடு ஆக்குறதுக்கு பொருள்லாம் கொஞ்சமா தான் வருதாம், அதனால எங்களுக்கு முன்னாடி இருக்குறவங்களுக்கு மட்டும் தான் இருக்காம். அதுபோக அந்த சாப்பாடெல்லாம் நாங்க சாப்புடற சாப்பாடு இல்லையாம். எங்களுக்கு அந்த காட்டுல தான் சாப்பாடு இருக்காம். ஆறு வருஷமா அங்க தான் படிச்சேன் அப்போலாம் குடுத்தாங்க, ஆனா இப்போ தான் குடுக்கல".

இருவரையும் அருகில் வரசெய்து நாசுக்காய், "ஒரு வேல எங்களுக்கு போடவேண்டிய சாப்பாட மறச்சு வச்சு எதோ பண்றாங்க போல" என்று கூறினான்.

"காட்டுல போய் சாப்டுங்கனு சொன்னாங்கா ஆனா எங்கள காட்டுக்குள்ளயும் போக விடல. அதனால தான் சாப்டறதுக்கு எதாச்சும்

கெடைக்குமான்னு தேடிட்டு இந்த பக்கம் வந்தேன்”.

“ஒஹோ இதனால்தான் நீ பள்ளிக்கு போவதில்லையா” என்று கேட்டார் கணக்காளர்.

“சரி வேண்டுமென்றால் இப்படி செய்யலாம். நான் இக்கதையை சொல்கிறேன் நீ இந்தக் கதைக்கு இடையில் வரும் படங்களை பார், நான் படிக்க படிக்க அந்த படம் உனக்கு அந்தக் கதையை காட்டும்” என்றார் மேலதிகாரி.

“இப்போ சொன்னிங்களே இது சரி. ஆமா அப்படி இதுல என்ன இருக்கு”.

“உன் முற்கால மற்றும் எதிர்கால வாழ்க்கைக்கான பல விஷயங்களின் விடை இதில் உள்ளது. அதுமட்டுமல்ல இக்கதையை படித்த பின் உனக்கு தெரியவேண்டிய பலவற்றை நீ தெரிந்துகொள்வாய். இதை கதை என்றும் கூறலாம், உண்மை எனவும் கூறலாம், இல்லையேல் உண்மைக்கதை என்றும் கூறலாம். இதைப் படித்து முடித்த பின் உனக்கு தெரிந்து விடும்”.

“நீங்க சொல்றது நேசமா”

“நான் கூறுவது முற்றிலும் உண்மையப்பா. இக்கதையைப் படித்து முடித்தபின் உன் நிலை மாறும். உனது தற்போதைய நிலைமைக்கு காரணத்தையும் நீ தெரிந்துகொள்வாய். உனக்கு புதிய உலகம், புதிய வழி பிறக்கும்”

“அப்பிடிங்கிறீங்க”

அந்தப் புத்தகத்தை சிறுவனின் மடியில் வைத்து, கதை சொல்வதற்கு ஆயத்தமாகிவிட்டார். சிறுவனும் கதையை கேட்பதற்கும், இடையில் வரும் படத்தை பார்ப்பதற்கும் ஆயத்தமாகிவிட்டான். "தொடங்கலாமா ?" எனக் கேட்டு ஒரு பக்கத்தை எடுத்து கதையை தொடங்குகிறார். அவனும் ஆர்வத்துடன் கேட்கின்றான்.

அவர் அந்தக் கதையை சொல்ல சொல்ல சிறுவன் தன் கற்பனை உலகத்திற்கு சென்று அக்கதைக்கு உயிரோட்டம் கொடுத்து, தன் கற்பனை வழியாகவும் புத்தகத்தின் இடையில் வரும் படத்தின் வழியாகவும் அக்கதைக்குள் சென்று பார்க்கின்றான். போகபோக அவன் முற்றிலும் கதைக்குள் ஊறிப்போய் பின்பு அதில் வருகின்ற காட்சிகள் அனைத்தும் அவன் கண் முன் நிஜமாகவே அப்படியே நடப்பது போல் காட்சியளித்தது.

கதையை தொடங்கினார்கள், கதைக்குள் சென்றார்கள். வாருங்கள் நாமும் அவர்களோடு கதைக்குள் செல்லலாம்.

சொல்லப்படாத உண(ர்)வு கதை

பல உயிர்கள் வாழும் இந்தப் பரந்த உலகில், ஏதோ ஒரு மூலையில் ஏதோ ஓர் இடத்தில் பெரியதாகவும் இல்லாமல், சிறியதாகவும் இல்லாமல் ஒரு நடுத்தரமான பரப்பளவை கொண்டிருக்கும் காடு ஒன்று, மனிதர்களின் செயல்பாட்டால் நிகழ்கின்ற இயற்கையின் காலநிலை மாற்றத்தினாலும், இயற்கையான பருவநிலை மாற்றத்தினாலும் மிகுந்த வறட்சியடைந்து அந்தக் காடே அதற்குரிய தன் அழகான பசுமையை விடுத்து அது முழுவதும் தற்போது வறட்சியின் நிறத்தை கொண்டிருக்கிறது.

சில ஆண்டுகளுக்கு முன்னால் வரையிலும் இந்த காடும் இங்குள்ள தாவரங்களும், உயிரினங்களும் செழிப்பாக இருந்தன. பச்சை வண்ண மழையில் நனைந்தவைப் போல் அதன் பசுமை, காடு முழுவதும் நிறைந்திருந்தது. காட்டில் பெரும்பாலான இடமெங்கும் பசுமை நிறைந்த புற்கள், செடிகள், கொடிகள், மற்றும் அழகாகவும் கம்பீரமாகவும் காட்சியளிக்கும் பலவகை மரங்களும், அதில் பூத்துக்குலுங்கும் பல்வேறு வகையான அழகிய மலர்கள் தன் அழகிய முகங்களை காட்டியும், அதன் நறுமணங்களை வீசி இந்த காடெங்கும் பரவ செய்தும் இந்தக் காட்டை மேலும் அழகுற செய்தது. மேலும் அதே மரங்களில் கிடைக்கின்ற முற்றிலும் கலப்படமற்ற இயற்கையான காய்கனிகள் இந்த காட்டை

மட்டுமின்றி இங்கு இருக்கின்ற உயிரினங்களையும் ஆரோக்கியமாகவும் செழிப்பாகவும் இருக்க செய்தது.

இந்த பசுமையான காட்டில் ஒரு பகுதியில் இருக்கின்ற அழகான மலைகளில் இருந்து விழுகின்ற அருவிகளும், ஓடைகளும் காட்டின் எழிலை மேலும் கூட்டியது. காட்டில் இருக்கின்ற அனைத்து ஜீவன்களும் எந்த கவலையும் இன்னல்களும் இன்றி சுதந்திரமாக இருந்தன. எந்தவித ஒரு கஷ்டமும் இல்லாமல் அதற்கு உணவுகள் சரியாக கிடைத்தன. மகிழ்ச்சியுடனும் தங்களின் வாழ்க்கையை வாழ்ந்து வந்தன.

ஒரு சொர்க்க பூமியாக இருந்த எழில் கொஞ்சும் இந்த அழகிய காடு, வருடங்கள் கடந்து காலப்போக்கில் நவீன மனிதர்கள் தங்களின் வாழ்க்கை தேவைக்காக பல்வேறு காடுகளில் இருந்து பல வளங்களை எடுப்பதைப் போல இந்தக் காட்டிலும் அதை சுற்றி இருக்கும் இடங்களில் இருந்தும் அதிகப்படியான வளங்களை எடுக்கத் தொடங்கினார்கள். நாட்கள் போகபோக காட்டில் இருந்த தாவரங்கள், மரங்கள், மலையில் இருந்து பாறைகள், கிடைப்பதற்கரிய காய்கனிகள், மலர்கள், மூலிகைகள் போன்ற வளங்களும் குறைந்தது. வளங்கள் குறைய குறைய, அதனால் கிடைக்கின்ற உணவுகளும் குறையத் தொடங்கின. வளங்களும், அதனால் கிடைக்கின்ற உணவுகளும் தங்கள் வாழ்வாதாரம் என கருதி கொண்டிருந்த உயிரினங்களின் எண்ணிக்கைகளும் குறையத் தொடங்கியது.

வருடங்களும் நகர்ந்தது. நவீன மனிதர்களின் நேரடி நடவடிக்கையினால் மட்டும் இல்லாமல், மனித இனத்தால் நிகழ்கின்ற இயற்கையின் மாற்றத்தினாலும் மற்றும் புவி வெப்பமயமாதல், மழை இல்லாமை போன்ற இயற்கை பருவநிலை மாற்றத்தாலும் இந்த காடு வறட்சியை நோக்கி சென்றது. தாவரங்கள் போன்ற வளங்கள் பற்றாக்குறையினால் கிடைக்கின்ற குறைந்த அளவு உணவுக்காக, அங்கு இருக்கும் உயிரினங்கள் தங்களின் ஒற்றுமையை வெறுத்து தங்களுக்குள்ளே சண்டையிட்டுக் கொள்ளும். நட்பாக இருந்த விலங்குகளும் கிடைக்கின்ற உணவுக்காக அந்த நட்பையும், அதன் உறவையும் மறந்து சண்டையிடும்.

தாவரங்கள் போன்ற வளங்களை உண்ணும் தாவர உண்ணிகளும் அதேபோல் தாவர உண்ணிகளையும் மற்றும் இதர விலங்குகளையும் உண்ணும் அனைத்துண்ணிகளும், இறந்த உயிரினங்களுக்காகவோ அல்லது வேட்டையாடப்பட்ட உயிரினங்களுக்காகவோ தங்களுக்குள்ளேயும் மற்ற விலங்குகளோடும் இரைக்காக தங்களின் ஒற்றுமையை விடுத்து சண்டை போட்டுக்கொள்ளும். இதில் சில விலங்குகளுக்கு மட்டும் குறைவான அளவில் உணவு கிடைத்தன, சில விலங்குகள் உணவின்றி உயிர் பிரிந்தன.

வளங்களின் பற்றாக்குறையினால் தாவர உண்ணிகளும், தாவர உண்ணிகளின் பற்றாக்குறையினால் அவற்றை உண்ணும் விலங்குகளுக்கு சரியான உணவுகள் இன்றி, உடல் மெலிந்து சில விலங்குகள் மிக மோசமான நிலைக்கும், பல விலங்குகள் உயிர் பிரிந்து

மடிந்தன. தற்போது அங்குள்ள உயிரினங்களின் எண்ணிக்கை மிகவும் குறைந்தன.

முன்னொரு காலத்தில் பல வகை உயிரினங்கள் நிம்மதியாக இருந்த, பல அற்புதமான வளங்களை கொண்டிருந்த பசுமை நிறைந்த காடு தற்போது அதன் அடையாளத்தை தொலைத்து முற்றிலும் வேறு ஒரு நிறத்தைக் கொண்டிருக்கிறது. காட்டில் இருக்கின்ற சில விலங்குகள் அருகில் சில இடத்திற்கு சென்று கிடைக்கின்ற உணவை எடுத்து வந்து தன் இருப்பிடத்தில் சேமித்து வைத்துக் கொள்ளும். அதுபோல எஞ்சியிருந்த உயிரினங்களில் சில உணவுக்காகவும், தன் இதர வாழ்க்கையை வாழ்வதற்காகவும் வேறு வழியில்லாமல் அங்கிருந்து வெவ்வேறு இடத்திற்கும், வேறு காட்டிற்கும் தனியாகவும், குடும்பத்தோடும் புலம்பெயர்ந்தன.

பொதுவாக காட்டில் வாழும் உயிரினங்களுக்கு குறிப்பிட்ட அல்லது வரையறுக்கப்பட்ட பகுதிகள் என்று எதுவும் கிடையாது. காடும் அனைத்து ஜீவராசிகளுக்கும் பொதுவானதே, அதை சொந்தம் கொண்டாட அந்தந்த பகுதியின் பூர்வக்குடிகளை தவிர வேறு யாருக்கும் அந்த முதல் உரிமை இல்லை.

எனவே, இந்தக் காட்டில் பல காலமாய் வாழ்ந்த உயிரினங்கள் இந்த அழகிய இடம் இன்று அழிந்து வருவதைக் கண்டு மனம் நொந்து, அங்கு வாழ்ந்த தங்களின் நினைவுகளை மட்டும் தங்களோடு எடுத்துக்கொண்டு தன் சொந்த இடத்திலிருந்து வேறு இடத்திற்கு மனத்துயரத்துடன் புலம்பெயர்ந்தன. போகும் வழியில் சில விலங்குகளுக்கு உணவுகள் கிடைக்கலாம்

கிடைக்காமலும் போகலாம். அப்படி உணவு ஏதும் கிடைக்காததால் தன் உடலில் ஆற்றல் முற்றிலும் இழந்து உயிர் பிரிந்தன, உயிர் பிரிந்த உடலை உண்பதற்கு விலங்குகளுக்குள்ளே பெரும் போர் நடக்கும்.

இப்படி ஒரு நிலையில் இருக்கின்ற இந்த வறண்ட காட்டிலிருந்து சற்று தொலைவில் இருக்கின்ற மற்றொரு காட்டின் ஓர் இடத்தில் இலைகள் குறிப்பிட்ட அளவில் காய்ந்த நிலையில் சில மரங்களும், ஓரளவுக்கு பசுமையோடு இருக்கின்ற சில மரங்களும் இருந்தன. அந்தக் காட்டில் ஒரு பகுதியில் நந்தவனம் போன்ற ஓர் இடம். அங்கு ஒரு மரத்தில் கூடு கட்டி முட்டை இட்டு, பொறிந்து புதிதாய் வெளிவந்த நான்கு பறவை குஞ்சுகளுடன் இருக்கும் தாய்ப்பறவை ஒருபுறமும். பசி என்ற கொடிய நோயினாலும், உணவு பற்றாக்குறையாலும் அந்த வறண்ட காட்டிலிருந்து இந்தக் காட்டிற்கு புலம்பெயர்ந்து, தனது குட்டிகளுக்காகவும், தனக்கும் இரை தேடிக்கொண்டிருக்கிற பசியால் வாடிய தாய் காட்டுப்பூனை மறுபுறம்.

"தன் வாழ்க்கையின் அடுத்தக்கட்ட நிலை, வாழ்வதற்காக உணவு மற்றும் வாழ்வாதாரம்" போன்ற குறிக்கோள்களோடு வெவ்வேறு பாதையில் பயணித்துக் கொண்டிருக்கும் தாய் காட்டுப்பூனையும், தாய்ப்பறவையும் தான் இந்தக் கதையின் முக்கிய மாந்தர்கள். இரண்டும் ஒரே பாதையில் சந்திக்க போகின்றன. இவற்றை சந்திக்க வைக்க ஒரு காரணியாய் இருக்க போகின்றன ஒரு கழுகும், புழுவும்.

சொல்லப்படாத உண(ர்)வு கதை

முதலில் காட்டுப்பூனை பற்றி பார்க்கலாம். முன்பு கூறியது போல் அந்த வறண்ட காட்டில் இருக்கும் விலங்குகள் தனியாகவோ, குடும்பத்துடனோ உணவு கிடைக்கும் தூரம் வரை சென்று கிடைக்கின்ற இரையை உணவாய் உண்ணும். சில விலங்குகள், கிடைக்கின்ற இரையை எடுத்து வந்து தன் இருப்பிடத்தில் சேமித்து வைத்துக்கொள்ளும்.

அதுபோல இந்த காட்டுப்பூனையும் உணவு தேடி, தனக்குக் கிடைக்கின்ற உணவில் ஒரு பகுதியையே தானும் தன் துணையும் (பெண் காட்டுப்பூனை) உண்ணும், மீதியை தங்களின் இருப்பிடத்தில் சேமித்து வைத்துக்கொள்ளும். பெண் காட்டுப்பூனை, உணவு உண்டபின் அது தன் குட்டிகளுக்கு பால் கொடுக்கும். சேமித்த உணவு ஓரிரு நாள் வரைக்குமே தாங்கள் உண்பதற்கும், குட்டிகளுக்கு பால் கொடுக்கவும் போதுமானதாக இருந்தது. அதன்பிறகு உணவு முடிந்தபின், ஆண் காட்டுப்பூனை மீண்டும் உணவு தேட சென்றது. தன் குட்டிகளுடன் பத்திரமான ஒரு இடத்தில் தன் துணைக்காகவும், அது கொண்டு வரும் உணவுக்காகவும் காத்துக்கொண்டிருந்தது பெண் பூனை.

பல மணி நேரமாக காத்துக்கொண்டிருந்த பெண் பூனை, தான் பார்த்த காட்சியைக் கண்டு அதிர்ந்து போய் பெரும் அதிர்ச்சியடைந்தது. உணவு தேட போன ஆண் காட்டுப்பூனை பல மணி நேரத்திற்குப் பின் நிறைய காயங்களோடும், இரத்தத்தில் மிதந்துக்கொண்டு, இறப்பின் வாசலை அடையும் முன் தன் குடும்பத்தை பார்க்க மிகவும் கஷ்டப்பட்டு தனது இருப்பிடத்தை அடைந்தது. ஆண் பூனையின் இந்தக் கோலத்தை

பார்த்த பெண் பூனை, துடிதுடித்து அதன் கண்களில் இருந்து இரத்தம் போல் கண்ணீர் ஆறாய் பெருக்கெடுத்தது. காயப்பட்ட பூனை அங்கு வந்து உட்கார்ந்து, என்ன ஆனது ? எப்படி இந்த காயங்கள் ? என்று தன் துணையிடம் விளக்கிக் கூறியது.

தன் இருப்பிடத்தில் இருந்து உணவு தேட சென்றது ஆண் பூனை. பெரிய வறண்ட காட்டில் ஏதோ ஒரு இடத்தில் அரிதாக ஏதாவது உணவு கிடைக்கும், அல்லது காட்டிற்கு வெளியில் உணவு கிடைக்கும். ஆனால் வெளியில் செல்ல சில தூரங்கள் ஆகும் என்ற காரணத்தால், காட்டிற்கு உள்ளேயே உணவை தேடியது ஆண் பூனை.

காட்டில் ஒரு இடத்தில் உணவு தேடிக்கொண்டிருக்கும் இந்த ஆண் பூனையை, நரி ஒன்று பார்த்தது. இந்த பூனையைக் கொன்று உணவாக்கிக்க வேண்டும் என்று ஒரு தந்திரத்தோடு அதை நெருங்கியது. நெருங்கும்போது நரியை பூனை பார்த்துவிட, பின் இந்த இரண்டும் பாய்ந்து வந்து சண்டை போட்டுக் கொண்டது.

ஒன்று நரி இந்த பூனையைக் கொன்று உணவாக்கிக்க வேண்டும், இல்லையென்றால் பூனை நரியைக் கொன்று உணவாக்கிக்க வேண்டும் என்ற எண்ணத்தில் இருந்தது இரண்டும். யார் வாழப்போவது, யார் உணவாக போவது என்ற ஒரு பெரிய எதிர்பார்ப்புடன் சண்டை போட்டன. நரி பூனையின் உடலில் காயம் ஏற்படுத்தியது.

பூனையின் உடலில் இருந்த காயத்தின் மேலே நரி தாக்கியதால் பூனையின் ஆற்றல் குறைந்தது. "இப்பொழுது இந்த நரியை நம்மால் வெல்ல இயலாது, அனேகமாக நான் என் ஆற்றலை இழந்து கொண்டிருக்கிறேன். என் வரவை எதிர்பார்த்துக் கொண்டிருக்கும் என் குடும்பத்துக்கு உணவு கொடுக்க வேண்டும். எனவே நரிக்கு நாம் உணவாகாமல் இதன் பார்வையில் இருந்து எப்படியாவது மறைய வேண்டும்" என்று மனதிற்குள் ஒரு யோசனை செய்தது. நரியிடம் சண்டை போட ஆற்றல் குறைந்த காரணத்தால், இறுதியில் நரி விரித்த தந்திர வலையிலிருந்து நூலளவில் தப்பியது பூனை. நரியிடம் சண்டை போட்டு காயங்களோடு, நரிக்கு ஏமாற்றத்தை அளித்து நரி போட்ட சூழ்ச்சியை வீழ்த்தி அதன் பார்வையிலிருந்து மறைந்தது ஆண் பூனை.

நரியிடம் இருந்து மறைந்து, வேறு இடத்திற்கு காயத்தோடு உணவு தேட வந்தது பூனை. அவ்வாறு தேடுகையில், தூரத்தில் கொழுகொழுவென்று பெருத்த எலி ஒன்று இருப்பதை கண்டது காட்டுப்பூனை. "ஆஹா நல்ல நேரத்தில் எங்கள் பசியை தீர்க்க வந்ததே. ஒரு நாளுக்கு இது போதுமானது" என்று மனதுக்குள் பேசி, எலியை வேட்டையாட துளியும் சத்தமே இல்லாமல் மெதுவாக நகர்ந்து, பதுங்கி பின் ஒரே பாய்ச்சலில் எலியின் அருகில் சென்றது. பூனையை பார்த்த எலி வேகமாக ஓடியது, அதை துரத்தியது பூனை.

அடுத்ததாக அதே சமயத்தில் எதிர் திசையில் மற்றொரு காட்டுப்பூனையும் அதற்கு போட்டியாக வந்தது, அதுவும் அந்த எலியை

தனதாக்கிக்க விரும்பியது. ஒரு எலிக்காக இரண்டு பூனைகளும் போட்டிபோட்டுக் கொண்டு எலியை துரத்தியது. ஒரு வழியாக முதலில் வந்த நமது பூனை ஒரே பாய்ச்சலில் எலியை தன் பற்களால் கவ்விப் பிடிக்க, அந்த எலிக்காக இரண்டு பூனைகளும் சண்டை போட்டுக்கொண்டது.

முதலில் சற்று நிதானமாக ஆரம்பித்த சண்டை, ஒரு கட்டத்தில் ஆக்ரோஷமாக போட்டுக் கொண்டது. எலியை பிடித்த பூனையை மற்றொரு பூனை தன் கூரிய நகங்களாலும், பற்களாலும் பலமாகவும், கோரமாகவும் தாக்கியது. ஏற்கனவே நரியுடன் சண்டையிட்டு ஏற்பட்ட காயங்கள், இப்பொழுது இந்த சண்டையில் காயங்கள் மேலும் பெரியதாயின. இறுதியில், எலியை பிடித்த பூனையை அருகிலிருந்த ஒரு முள் புதரில் தள்ளிவிட்டு அந்த பூனை பிடித்த எலியை இது கவ்விக்கொண்டு ஓடியது இறுதியாக வந்த பூனை.

முட்புதரில் பல முட்கள் அதன் உடல் முழுவதிலும் குத்தியது, பெரிய கூர்மையான முள் ஒன்றும் அதன் வயிற்றை குத்தி கிழித்தது. பல காயங்களோடு வெளியே வந்த நமது பூனை உடலில் இரத்தம் வழிந்தது. அதன் வயிற்றிலிருந்து இரத்தம் கசிந்து கொண்டே இருந்தது. அந்த காயத்தோடும், வலியோடும் எழுந்து வேறு இடத்திற்கு நடந்து சென்று மறுபடியும் உணவை தேட போனது தன் குடும்பத்துக்காக. அந்த உடலை வைத்து பல இடங்களில் தேடியும் எதுவும் கிடைக்கவில்லை.

இப்படி இரு விலங்கிடம் சண்டையிட்டு உடல் முழுவதும் பல காயங்களை பெற்றது, தன் உடல்நிலை மோசமான நிலைக்கு சென்று

சொல்லப்படாத உண(ர்)வு கதை

கொண்டிருப்பதை அறிந்த ஆண் பூனை, சிறிது யோசித்து வேறு வழியின்றி தன் இருப்பிடம் நோக்கி சென்றது. இவ்வாறு தான் பட்ட காயங்களை பற்றி அதன் துணையிடம் பேச முடியாமல் மெல்ல மெல்ல கூறியது.

அது மட்டும் இல்லாமல் தன் மனக்குமுறல்களை அதனிடம் கூறியது "என் துணையே என்னை மன்னித்துவிடு, என்னால் இன்று உணவைக் கொண்டு வர இயலவில்லை. நான் தோல்வியுற்றேன்"

"இல்லை, என்னை தோல்வியுற செய்துவிட்டார்கள். நம்மை போன்ற உயிரினங்களை வஞ்சித்தது இந்த உலகம். சுதந்திரமாக சுற்றித்திரிந்த நம்மை இப்படி மாற்றிவிட்டார்கள். யார் அவர்கள் ?, ஏன் அப்படி செய்தார்கள் ?"

"அனைவருக்கும் உணவு சமமாய் கிடைப்பது என்பது இயற்கையே, ஆதியில் இருந்து சில காலம் முன்பு வரைக்கும் அப்படி தான் இருந்தது. ஆனால் இன்று அந்த இயற்கை கூட இப்படி மாறிவிட்டது. மாறிவிட்டதா அல்லது மாற்றிவிட்டார்களா ?"

"இறைவன் என்ற ஒருவன் உண்மையில் இருக்கின்றானா ?"

"துணையே நான் இன்று இந்த நிலைக்கு வந்துவிட்டேன், என்னால் முடிந்த வரையிலும் தேடினேன், எங்கு தேடியும் உணவு கிடைக்காததால் நான் ஒரு முடிவுக்கு வந்தேன்"

"அதை மறுக்காமல் ஏற்றுக்கொள்வாயாக" என்று மிதமான குரலில் அதன் துணையிடம் கடைசியாக பேசுகிறது.

"என்ன முடிவு துணைவரே ?" என்று அழுதுக்கொண்டே கேட்டது.

"அதை ஏற்றுக்கொள்வதாய் சத்தியம் செய், கூறிகிறேன்"

"சத்தியம் செய்கிறேன், நீங்கள் கூறுவதை முழுமனதுடன் ஏற்றுகொள்வேன்".

"நான் இந்த உலகத்தை விட்டு செல்லப்போகிறேன். இறைவன் என்கின்ற ஒருவன் உண்மையில் இருகின்றானா இல்லையா என்று பார்க்க போகிறேன்".

"அப்படி கூற வேண்டாம் துணைவரே, தங்களுக்கு ஒன்றும் நேராது. மூலிகைகளை கொண்டுவந்து உங்களை குணப்படுத்துவேன். நீங்கள் குணமாகும் வரை நான் உணவுகள் தேடுகிறேன்".

"மூலிகையா, அவையெல்லாம் இன்னும் இருக்கிறதா ?. இல்லை துணைவி என்னால் நன்றாக அறிய முடிகிறது, நான் வாழ்கையின் இறுதி பக்கம் வந்து விட்டேன். முதலில் நான் சொல்ல வேண்டியதை, சொல்லிவிடுகிறேன் கேள்".

"நான் பல இடங்கள் தேடியும் உணவுகள் கிடைக்கவில்லை. இனியும் இங்கு உணவு கிடைக்குமா என்று எனக்கு தெரியவில்லை. இப்போதைக்கு சில நாட்களுக்கு மட்டும் தேவையான உணவு ஒன்றை ஏற்பாடு செய்துவிட்டேன். அதற்கு முன் நான் சொல்வதை

கவனமாய் கேள். இப்போது நான் கொடுக்கும் உணவை உண்டு முடித்த பின் உடனே நம் குழந்தைகளுடன் இந்த காட்டை விட்டு வெளியேறிட வேண்டும்"

"துணைவரே, ஏன் இந்த முடிவு? இது நாம் பிறந்து வாழ்ந்த இடம்".

"ஆம். இனியும் இங்கே இருப்பது நல்லதல்ல. நம் குழந்தைகளுக்ககாக நீ இங்கிருந்து வேறொரு இடத்திற்கு செல்ல வேண்டும். அங்கு சென்று நம் குழந்தைகளை நன்றாக வளர்க்க வேண்டும்".

"நீங்கள் இன்றி, நான் மட்டும் எப்படி துணைவரே அங்கு போக முடியும்?. அப்படியே முடிந்தாலும், நம் குழந்தைகளை எப்படி நீங்கள் இன்றி வளர்க்க முடியும்?".

"இனி நீ தான், நீ மட்டும் தான் நம் குழந்தைகளுக்கு தாயும், தந்தையுமாய் இருக்கப் போகிறாய். ஒருவர் இருவராக இருப்பது என்ன ஒரு அதிசயம் அல்லவா, தாயாக மட்டும் இன்றி தந்தையாகவும் இருப்பது. நம் குழந்தைகள் தந்தை இல்லாத கவலையின்றி நல்ல உயிராக, நன்றாக வளர்ந்தார்கள் என்றால் அது தான் உன் நல்ல வளர்பிற்க்கான அடையாளம்".

"நீங்கள் இன்றி என்னால் எப்படி சாத்தியமாகும்?. நீங்கள் இன்றி தனியாக என்ன செய்யப் போகிறேனோ"

"தனியாக இருக்க பழகிக்கொள், அது உனக்கு பல நேரங்களில் உதவும்" என்று சொல்லிய அடுத்த நொடி வயிற்றில் இருந்து மறுபடியும் இரத்தம் வரத் தொடங்கியது.

"நேரம் நெருங்கிக்கொண்டிருக்கிறது அந்த உணவை பற்றி சொல்கிறேன். அந்த உணவே நான்தான்".

பெண் பூனை சிறிது பயத்துடன், "நீங்கள் இப்பொழுது என்ன சொன்னீர்கள் என்று எனக்கு சரியாக விளங்கவில்லை".

"நான் இறந்து இப்பூமியில் புதைவதற்கு பதிலாக, ஏதோ ஒரு ஜீவன் என்னை தின்பதற்கு பதிலாக நான் எனது குடும்பத்துக்கு உணவாக விரும்பிகிறேன். அதற்காகவே இவ்வளவு வலிகளோடும் கஷ்டப்பட்டு இங்கு வந்தேன்".

"நான் இறந்த பின் அல்லது நான் சாகும் முன் என்னை கொன்று என்னை உணவாக தின்று உன்னையும் நம் குழந்தைகளையும் காப்பாற்று".

இதை கேட்டதும் அதிர்ச்சி அடைந்த பெண் பூனை "முடியாது, முடியவே முடியாது"

"சத்தியம் செய்துள்ளாய் துணைவியே, மறவாதே. எனது உடல் ஏதோ ஒரு விலங்கிற்கோ அல்ல இந்த மண்ணுக்கோ போவதற்கு பதிலாக என் குடும்பத்திற்கு உணவாய் ஆகட்டும். நீ என்னை உண்ட பின் நம் குழந்தைகளுக்கு பால் கொடுப்பாய், அதன் மூலம் ஆற்றலாய் நான் உங்களோடு இருப்பேன். தயை கூர்ந்து மன நிம்மதியுடன் இதை செய்வாய் அப்போது தான் நான் மன மகிழ்ச்சியுடன் செல்ல முடியும். இதை செய்தால் நான் உங்களோடு இருப்பதைப் போல் ஆகும்" என்றது.

பெண் பூனை அழுதுக்கொண்டே "ஐயோ, நாங்கள் யாருக்கும் எத்தீங்கும் இழைக்க வில்லையே. இந்த

காட்டின் சொந்த குடிகளான எங்களுக்கு ஏன் இப்படி ஒரு நிலைமை ?. உணவின்றி பெரும் பஞ்சத்தால் எங்களை நாங்களே உண்ணும் பெரும் அவலநிலை வந்துவிட்டதே. ஏன் நடக்கிறது ? எப்படி இது நடந்தது ? இதற்கு யார் காரணம் ? இறைவா நீ தான் காரணமா ? அல்லது இயற்கையின் மாற்றத்தினாலா ? இயற்கை மாற்றத்திற்கு என்ன காரணம் ? யார் காரணம் ?" என கேட்டுக்கொண்டே மிக பெரிய மீளா துயரத்தோடு அழுதது.

"இதற்கு நிச்சயம் நாம் காரணம் இல்லை. நாம் என்றால் இங்கு வாழ்கின்ற, வாழ்ந்த ஜீவன்கள். அப்படியே நாமும் காரணமாய் இருந்தாலும் அதில் மிக குறைந்த அளவிலே நாம் இருப்போம்" என்றது ஆண் பூனை.

"நம் குழந்தைகள் தங்களை எங்கே என்று கேட்டால் நான் என்ன சொல்லுவேன் ?".

"குழந்தைகளிடம், 'எனது இரத்தத்தில் வந்த இரத்தினங்களே, உங்களது தந்தை நம் இரத்தத்திலும், நம் ஆற்றலிலும், நம் உடம்பிலும் நம்மோடு கலந்து இருக்கிறார்' என்று கர்வமாக சொல்" என கர்வமாகவும் பெருமையாகவும் சொன்னது ஆண் காட்டுப்பூனை.

"என் அருமை துணைவியே இறுதியாக ஒன்றை சொல்கிறேன், உன் கடைசி மூச்சுள்ள வரையிலும் உனக்கான உணவை தேடு அப்படி தேடியும் உணவு கிடைக்காமல் நீ பட்டினியால் இறந்தாயானால். கவலை கொள்ளாதே நீ உன்னால் இறக்கவில்லை, ஏதோ ஒரு வகையால், ஏதோவொரு காரணத்தால், யாரோ ஒருவரால்

அல்லது பலரால் நீ சாகடிக்கப்பட்டாய் என்பதுவே சரியாகும். அது உனது தவறு அல்ல இந்த உலகின் தவறு” என்று சொல்லிய அடுத்த நொடி உட்கார்ந்திருந்த அந்த பூனையின் உடல் மண்ணில் சாய்ந்தது, உயிர் உடல் விட்டு பிரிந்தது.

பெண் பூனை அழுதழுது அது மீளா துயருக்குள்ளானது. அதற்கு என்ன செய்வது ஏது செய்வது என்று தெரியாமல் பிரம்மை பிடித்ததைப் போல் ஆனது. தன் துணை கூறிய அனைத்தையும் ஏற்ற அதன் மனம், உயிரற்ற தன் துணையின் உடலை உணவாக உண்பதை மட்டும் ஏற்றுக்கொள்ள முடியவில்லை.

சிலமணி நேரங்களுக்கு பின் தன் தந்தை இறந்ததைக் கூட தெரியாத குட்டிகள் ஒன்றன்பின் ஒன்றாக வந்து நின்றுக்கொண்டிருந்த தன் அன்னையிடம் சென்று அதன் மடியில் பால் குடிக்க ஏங்கியது, தாய்ப்பூனையான அந்த பூனை அது இருந்த சோகத்தில் குட்டிகளுக்கு பால் கொடுக்க அது ஒத்துழைக்கவில்லை. பின் அதன் மடியை எட்டி எட்டி பால் குடிக்க ஏங்கிய குட்டிகளை மிக பரிதாபமாய் பார்த்தது.

“இந்த பிஞ்சுகளுக்கு தன் தந்தை இறந்துவிட்டார் என்று எவ்வாறு தெரிவிப்பது, இறப்பின் அர்த்தம் கூட தெரியாத இந்த பிஞ்சுகளுக்காக, பிறந்து ஒரு மாதமே ஆன இந்த குட்டிகளுக்காக அவர் கூறியபடி தைரியமாய், இவர்களுக்காக வாழவேண்டும்” என்று மனதிற்குள் உறுதி எடுத்துக்கொண்டது. பிறகு தன் குட்டிகள் பால் குடிப்பதற்கு வசதியாய் அமர்ந்தது, குட்டிகள் பால் குடித்தன. முந்தைய நாளில் சேர்த்து வைத்திருந்த உணவை உண்டதனால், அன்று அதன் மடியில்

சொல்லப்படாத உண(ர்)வு கதை

பாலும், அதன் உடலில் போதுமான ஆற்றலும் கொஞ்சம் இருந்தது. ஆனால், அதன் மனதில் தான் ஆற்றல் இல்லை.

பிற்பாடு பல விஷயங்களை யோசித்து, தனது குட்டிகளுக்கு பால் கொடுக்க வேண்டிய காரணத்தினாலும், காட்டில் வேறு உணவுகள் இல்லாத காரணத்தினாலும், தனக்காக இல்லாவிட்டாலும் குட்டிகளுக்காக மனதை உறுதி படுத்திக்கொண்டு அழுகையோடும், ஒருவித தைரியத்தோடும் குட்டிகளையும், அவை பால் குடிக்கும் அழகையும் பார்த்துக் கொண்டே கண்ணீரோடு தன் துணையின் உடலை உணவாக உண்டது. அப்படி உண்ணும் போது அதன் துணை கூறிய வார்த்தைகள் அதன் மனதிலும் காதிலும் ஒலித்தது. பிறகு தன் குட்டிகளுக்காக வாழவேண்டும் என்ற எண்ணமும், தைரியமும் தன் மனதில் தோன்றியது.

தன் துணையின் உடல் உணவாக மொத்தம் இரண்டு நாட்கள் வரைக்கும் போதுமானதாக இருந்தது. அதை கொஞ்சம் கொஞ்சமாக உண்டு, தன் குட்டிகளுக்கு பால் கொடுத்தது. தாய்ப்பூனை, அதன் துணை இறந்த பிறகு இரண்டு நாட்கள் மட்டுமே அந்த காட்டில் இருந்தது, பின்பு உணவு பற்றாக்குறையாலும், அதன் துணையின் விருப்பத்தினாலும், இந்த காட்டிலிருந்து புலம்பெயர்ந்து கொண்டிருக்கும் மற்ற விலங்குகளை போல் தானும் தன் குட்டிகளோடு பொழுது விடிந்ததும் வேறு இடத்திற்கு செல்வதென்று முடிவெடுத்தது.

அன்று இரவு தாய்ப்பூனை உணவு உண்டது, குட்டிகள் பால் குடித்து தூங்கிவிட்டன. ஆனால்

தாய் காட்டுப் பூனையோ, துக்கத்தில் இருந்ததால் தூக்கம் வரவே இல்லை. தன் துணையின் நினைவுகள் அதை தூங்கவிடவில்லை. அதன்பின் எதிர்காலத்தை பற்றிய சிந்தனைகளும் யோசனைகளும் வந்தது. பலமணி நேரங்கள் அவ்வாறு யோசித்தே நேரம் ஓடின பின் கொஞ்சம் கொஞ்சமாக அதன் கண்கள் மூட, தூக்கம் வந்து தூங்கியது.

பொழுது விடிந்தது, சூரியன் உதித்த சில நிமிடங்களில். தன்னிடம் கடைசியாக இருந்த தன் துணையின் உடலில் ஒரு பகுதியை தன் குட்டிகளுக்கு பால் கொடுப்பதற்க்காக அது முழுவதும் உண்டது. அது தனக்கும் தன் குட்டிகளுக்கும் போதுமானதாக இருந்தது. உணவு அனைத்தையும் உண்டபின் மிக மனக்கஷ்டத்தோடும், நீங்கா நினைவுகளோடும் வேறொரு புதிய இடத்திற்கு செல்ல ஆயத்தமானது. தன்னிடம் இருக்கின்ற ஆற்றலை வைத்து இந்த வறண்ட காட்டிலிருந்து, தான் ஈன்ற மூன்று குட்டிகளுடன் வேறொரு காட்டிற்கு புலம்பெயர்ந்தன.

அந்தக் காட்டிலிருந்து ஒரு பாதுகாப்பான வழியில் பொடிநடையாக நீண்ட தூரம் நடந்தன. போகும் வழியெங்கும் குட்டிகள் தன் தாயோடு துள்ளி குதித்து விளையாடி மகிழ்ந்தன. சில இடங்களில் சில நேரம் களைப்பாறி விட்டும், குட்டிகளுக்கு பாலூட்டியும் பின் மீண்டும் தன் பயணத்தை தொடர்ந்தது. அதிகாலை தொடங்கிய பயணம், அதிக நேரங்கள் கடந்து இப்பொழுது சூரியன் மறையும் நேரம் வந்துவிட்டது.

எனவே, தாயும் குட்டிகளும் ஒரு பாதுகாப்பான இடத்தில் இரவு பொழுதை கழித்தார்கள். தாய்ப்பூனை குட்டிகளுக்கு பாலூட்டி, தூங்க வைத்து, அவற்றை காவல் காத்தது. அந்த நாள் முழுவதிலும் நெடுந்தூரம் நடந்ததால், அன்று மட்டும் குட்டிகள் வழக்கத்திற்கு மாறாக சற்று அதிகமாகவே பால் குடித்தது. ஒரு நல்ல நிரந்தரமான இடத்தை தேடி ஒரு நாள் முழுவதும் பயணத்திலே முடிந்தது.

பொழுது விடிந்தது. தூங்கி எழுந்து, போக வேண்டிய இடத்தை நோக்கி பாதுகாப்பான வழியில் சென்று கொண்டிருந்தன தாயும், குட்டிகளும். போகும் வழியிலெல்லாம் குட்டிகள் பால் குடிக்க தாயின் மடியில் பாலின் அளவு குறைந்துக் கொண்டே வந்தது. பிறந்து சில வாரங்கள் ஆன குட்டிகள் ஒரு நாளைக்கு 4 – 6 முறை தாய்ப்பால் பருகும். எனவே அடுத்ததாக பால் சுரக்க பூனையிடம் போதுமான ஊட்டச்சத்தும் இல்லை, ஊட்டச்சத்தை ஏற்ற போதுமான உணவும் இல்லை.

எனவே, தாய்ப்பூனை தன் மூன்று குட்டிகளுக்கு பால் கொடுப்பதற்காக வரும் வழியில் கிடைக்கின்ற உணவை (பூச்சிகள் போன்ற) ஏதேனும் உண்டு கொண்டே வந்தது. சிறிய அளவிலான பூச்சிகள், அவ்வப்போது ஏதேனும் கனிகள் சில மட்டுமே அதற்கு கிடைக்க, அதெல்லாம் பூனைக்கு முழுமை ஆகவில்லை. அதன் குட்டிகளை வைத்துக்கொண்டு உணவு தேடவும் முடியாது, குட்டிகளை பாதுகாப்பான இடத்தில் இருக்க வைத்துவிட்டு உணவு தேடலாம் ஆனால் பாதுகாப்பான இடம் இன்னும் வரவில்லை.

இப்படியே அந்த நாள் முழுவதும் தான் உண்ணாமல் குட்டிகளுக்கு மட்டும் பாலூட்டியது தாய்ப்பூனை. பிறந்து சில வாரங்களே ஆன மூன்று குட்டிகளுக்கும் பற்களும் சரியாக வளரவில்லை, ஆகவே, குட்டிகளால் தாயின் மடியிலிருந்து பாலை மட்டுமே நன்றாக பருக முடியுமே தவிர வேறு எதையும் சாப்பிட முடியாது, அதற்கு இன்னும் சில நாட்கள் ஆகும். நீண்ட தூரம் நடந்து நடந்து ஆற்றலும், ஊட்டச்சத்தும் குறைய, ஒருவழியாக புதிய இடத்திற்கு வந்தடைந்தன.

தன்னிடம் இருந்த ஊட்டச்சத்தை வைத்து பாலாக மாற்றி தன் குட்டிகளின் பசியை மட்டுமே போக்கிய பூனை, தனது பசியை போக்கிக்கொள்ள முடியாமல் அது மோசமான நிலையை நோக்கி சென்று கொண்டிருப்பதை அறிந்தது. எனவே பால் மட்டும் குடிக்கும் தன் குட்டிகளுக்காக தான் உயிரோடும் ஆற்றலோடும் இருக்க வேண்டும் என்றும், தான் ஆற்றலோடு இருக்க தனக்கு உணவு வேண்டும் என எண்ணி, தன் உடலில் இருக்கின்ற எஞ்சிய ஆற்றலின் உதவியுடன் ஒரு முறை குட்டிகளுக்கும் தனக்கும் சேர்த்து உணவு தேட ஆயத்தமானது. அங்கு ஒரு பாதுகாப்பான இடத்தில் தன் குட்டிகளை பாதுகாப்பாக இருக்க வைத்துவிட்டு எத்தகைய ஆபத்தும் நேராமல் இருக்க அந்த இடத்தை சுற்றி ஒரு முள்வேலி அரண் ஒன்றையும் அமைத்துவிட்டு உணவைத் தேட போனது.

இப்போது மறுபுறம் இருக்கும் தாய்ப்பறவையை பற்றி பார்க்கலாம். எங்கெங்கோ பல இடங்களுக்கெல்லாம் சுதந்திரமாக பறந்து திரிந்த பறவை ஒன்று, ஓர் அழகிய காட்டின் ஒரு பகுதியில் சிறு நந்தவனம் போன்ற இடத்தில்

இருக்கின்ற மரம் ஒன்றில் சில காலமாக கூடு கட்டி முட்டை இட்டு, அதை அடைகாத்து வாழ்ந்து கொண்டிருந்தது. ஒரு வழியாக முட்டைகள் பொறிந்து, அழகிய நான்கு பறவைக் குஞ்சுகள் வெளிவந்தது. நாட்கள் ஓடின, தாய்ப்பறவை ஒவ்வொரு நாளும் தனக்கும், தன் குஞ்சுகளுக்கும் இரை தேடிக்கொண்டு வரும். அப்படி ஒரு நாள் தாய்ப்பறவை இரை தேட போக, அப்போது அதன் குஞ்சுகளுக்கு பெரிய அபாயம் ஒன்று கழுகு வழியாக வந்தது.

முன்பு கூறிய அந்த வறண்ட காட்டில் இருந்து கழுகு ஒன்று பறந்துக் கொண்டே, அதன் கூர்மையான மற்றும் துல்லியமான கண்கள் வழியாக இந்த பகுதியில் இரை தேடிக் கொண்டிருந்தது. அப்பொழுது இந்த கழுகுக்கு, ஒரு மரத்தின் கிளையில் இருந்த ஒரு கூடும் அதில் இருந்த பறவை குஞ்சுகளும் அதன் பார்வையில் பட்டது. வானில் வட்டமடித்தும், பின் அருகில் இருந்த மரத்தில் வந்திறங்கி, மறைந்து கொண்டு ஆபத்து ஏதும் இருக்கிறதா என தன் கூர்மையான கண்கள் கொண்டு சுற்றி பார்த்தது. தாயின்றி தனியாக இருக்கும் பறவை குஞ்சுகளை, தனக்கு உணவாக்கிக்க தயாரானது.

மரத்தின் கிளையிலிருந்த கழுகு, தன் இறக்கையை விரித்து வேகமாக பறந்து குஞ்சுகள் இருந்த கூட்டை நோக்கி வந்தது. அந்த குஞ்சுகளுக்கோ என்ன நடக்கப் போகிறது என்று ஒன்றும் அறியாத வயது.

கழுகின் கூறிய கால் நகங்களோடு, பார்வை திசை மாறாமல் தன் இலக்கை நோக்கி பறந்து வர, கூட்டிற்கு அருகில் வந்ததும் அதன் கூர்மையான

கால் நகத்தை விரித்து, கூட்டில் இருக்கும் பறவை குஞ்சுகளை பிடிக்க போகும் சில நூல் இடைவெளியில், இரைத் தேட சென்றிருந்த தாய்ப்பறவை மிக வேகமாக வந்து கழுகை தள்ளியது. அந்த கழுகு அருகில் இருந்த ஒரு மரக்கிளையில் மோதியது. அதனிடமிருந்து தன் குஞ்சுகளை காப்பாற்ற வலிமையான கழுகிடம் யுத்தம் புரிந்தது.

கழுகு, "அற்ப பறவையே உனக்கு என்ன தைரியம் என்னிடமே மோதுகிறாயா. உயிர் மேல் ஆசை இருந்தால் சென்று விடு" என்றது. "உனக்கு என்ன தைரியம் நான் ஈன்ற பிள்ளைகளை கவர வந்திருக்கிறாய்" என்றது தாய்ப்பறவை.

கழுகு "நான் இந்த குஞ்சுகளை தான் எனக்கு இரையாக்க பார்த்தேன், இப்போது நீயும் தானாக வந்து, உன் குஞ்சுகளுடன் சேர்ந்து எனக்கு இரையாக போகிறாய்" என்றது. கழுகு கூறிய வார்த்தையை கேட்ட தாய்ப்பறவை கோபமாகி "அது நான் உயிரோடிருக்கும் வரை நடக்காது" என்றது.

கழுகு தன் கூர்மையான மூக்கினாலும், நகங்களாலும் அந்த பறவையை தாக்க போனது. கழுகு மிக வலிமையானது என தெரிந்தும் தன் குட்டிகளுக்காக யுத்தம் புரிந்தது. தன் குட்டிகளிடம் நெருங்கவிடாமல் கழுகை தடுத்தது. கழுகு தன் கூரிய மூக்கினாலும், கால் நகங்களாலும் அந்த பறவையை கீறி, கொத்தி தாக்கியது, இரண்டும் ஆகாயத்தில் பறந்து கொண்டே யுத்தம் நடத்தின. பல கீறல்கள் வாங்கிய அந்த பறவை தன் குழந்தை பாசத்தால் துளியும் துவண்டு போகாமல் மீண்டும் மீண்டும்

சொல்லப்படாத உண(ர்)வு கதை

வந்து கழுகுடன் யுத்தம் புரிந்தது. சில சமயங்களில் அது கழுகையும் தாக்கியது.

"என் குழந்தைகளை பாதுகாக்க நான் உயிரோடிருக்க வேண்டும், அது நன்றாக வளரும் வரை நான் உயிரோடிருக்க வேண்டும், என் குழந்தைகளுக்காக நான் உயிரோடிருக்க வேண்டும்" என்று கண நேரத்தில் தன் மனதிற்குள் சொல்லிக்கொண்டது. இறுதியில் பறவை தனது முழு பலத்தையும், ஒரு யுக்தியையும் பயன்படுத்தி, கழுகு எதிர்பாராத நேரத்தில் கழுகின் ஒரு கண்ணை கொத்தியது. கழுகு துடிதுடித்து பறந்து அருகில் இருந்த கிளையில் அமர்ந்தது. சிறு நிமிடம் வரை கழுகு வழியால் துடித்தது. பிறகு அந்த பறவை அதன் குஞ்சுகளிடம் வைத்திருந்த பாசத்தால் தன்னை எதிர்க்க துணிந்ததை எண்ணியும், அந்த பறவையின் சாமர்த்தியத்தை பார்த்து வியந்தும் கழுகு அங்கிருந்து சென்றது.

கழுகு சென்றவுடன், பல கீறல்களும், காயங்களுமாய் இருந்த அந்த பறவை சிறுது நேரம் சுற்றி கவனித்துக் கொண்டிருந்தது, வேறு ஏதும் ஆபத்து இருக்கிறதா என்று. சில மணித்துளிகளுக்கு பின் கூட்டிற்கு அருகில் சென்று. தன் குஞ்சுகளை வாஞ்சையோடு பார்த்து "கவலை வேண்டாம் எனது கண்மணிகளே நான் இருக்கும் வரையிலும் எந்த ஆபத்தும் உங்களை நெருங்கவிடாமல் உங்கள் அனைவரையும் பாதுகாப்பேன். நான் இறந்தாவது உங்களை காப்பாற்றுவேன்" என கண்ணீர் மல்க கூறியது தாய்ப்பறவை. அடுத்த நொடி ஒரு சத்தம் கேட்க, என்ன என்று சுற்றி முற்றி பார்த்து, பின் கீழே பார்த்தது.

இப்படி ஒரு யுத்தம் நடந்துக் கொண்டிருந்த சமயத்தில் தான் காட்டுப்பூனை, தன் துணை கூறியது போல 'இறுதி மூச்சுள்ள வரை உணவு தேட வேண்டும்' என்ற எண்ணத்தோடு கடைசி வாய்ப்பாக இப்பகுதிக்கு வந்து உணவை தேடி வந்தது. "தான் இன்னும் சில மணி நேரங்கள் மட்டுமே நினைவோடு இருக்க முடியும் அதற்குள் குறைவான உணவு கிடைத்தாலே அதிலிருந்து கிடைக்கின்ற ஆற்றலை வைத்து அடுத்தடுத்து உணவு தேடிக் கொள்ளலாம்" என நினைத்து தேடிக் கொண்டிருந்தது.

சற்று அருகில் இருந்து இரு பறவைகளின் ஓசை பூனையின் காதுக்கு கேட்டது, அங்கே எதாவது உணவு இருக்கக்கூடும் என்று உறுதி செய்து ஒரு நம்பிக்கையுடன் அந்த இடத்தை நோக்கி சென்றது. மிக சோர்வான பூனை, உணவு ஏதும் இருக்கிறதா என்று சுற்றி முற்றி பார்த்துக் கொண்டே மெதுவாகவும் மிக கவனமாகவும் நடந்தது. நடந்துக்கொண்டே, இரு பறவைகளும் சண்டை போட்டுக் கொண்ட அந்த இடத்திற்கு அருகில் வந்தது, மெதுவாக அடிமேல் அடி எடுத்து வைத்து வந்து கொண்டிருக்கும் போது சற்றும் எதிர்பாராத விதமாக மேலிருந்து எதோ ஒன்று பூனை மேல் விழுந்தது.

பூனை பதறிப்போய் பயந்து அருகில் இருந்த செடியின் மறைவில் போய் ஓடி ஒளிந்தது. அதன்பின் தன் மேலே விழுந்தது எது என்றும், ஏதேனும் ஆபத்தில் சிக்கிவிட்டோமா என்றும் அங்கிருந்து சுற்றிமுற்றி பார்த்தது. தாய்ப்பூனை மேலே பார்க்க, மேலே ஒரு மரக்கிளையில் காயங்களோடு தன் குஞ்சுகளிடம் பேசிக்கொண்டிருந்த தாய்ப்பறவையும் சத்தத்தை

கேட்டு கீழே பார்க்க, இரண்டு தாயும் முதன் முதலில் ஒருவரையொருவர் பார்த்துக் கொள்கிறார்கள்.

"யார் நீ ?. நான் உன்னை இதுவரையில் இங்கு பார்த்ததில்லையே" என்றது பறவை.

"நான் தூரத்தில் இருக்கும் ஒரு காட்டில் வாழ்ந்தவள், உணவு மற்றும் வாழ்வாதாரம் தேடி எனது குட்டிகளுடன் புலம்பெயர்ந்த காட்டுப்பூனை. உணவு தேடி இப்பக்கம் வருகையில் மேலிருந்து எதோ ஒன்று என் மேல் விழுந்தது. அது உன் செயலா ?" என்று பூனை கேட்க, "என் செயலா ? இல்லை, அது தற்செயல். உன் மேல் என்ன விழுந்தது, எப்படி விழுந்தது என்று எனக்கு தெரியாது" என்றது பறவை.

பூனை நேரம் தாழ்த்தாமல் அந்த பறவையிடம் "பறவையே உன்னிடம் ஏதேனும் உணவு இருக்கிறதா ? மிகவும் வறுமையில் இருக்கின்றேன். எனக்கு ஏதேனும் உணவு இருந்தால் கொடுத்து உதவுவாயாக, என் குழந்தைகளுக்கு பால் கொடுப்பதற்கு" என்று கேட்டது.

"பூனையே, உன் நிலைமையை பார்க்கும்போது எனக்கு கஷ்டமாக உள்ளது இப்பொழுது என்னிடம் எந்த உணவும் இல்லையே. சில நிமிடங்களுக்கு முன்னால் தான் நான் இரை தேட போன சமயம் பார்த்து ஒரு கழுகு என் குழந்தைகளை அபகரிக்க பார்த்தது. நான் இரை தேடுவதை பாதியில் விட்டுவிட்டு கழுகோடு யுத்தம் புரிந்து என் குழந்தைகளை காப்பாற்றினேன். என் உடலில் இருக்கும்

காயங்களால் இப்பொழுது என்னால் இரை தேடவும் செல்ல முடியாது. இந்த இடத்தில் நிச்சியம் உணவு கிடைக்கும், நீ நன்றாக தேடு கண்டிப்பாக உனக்கு ஏதாவது உணவு கிடைக்கும். என்னை மன்னித்துவிடு பூனையே உனக்கு உதவ முடியாத சூழ்நிலையில் இருக்கின்றேன் நான் ” என்றது.

அந்த பறவை கூறியதைக் கேட்டு பூனையின் முகம் மாறியது. சுருங்கிய முகத்தோடு இனி தன்னையும், தன் குட்டிகளையும் யாராலும் காப்பாற்ற முடியாது போல என மனதில் நினைத்து சில நிமிடம் சோகத்தில் மூழ்கியது. “உனது வார்த்தைக்கு மிகவும் நன்றி பறவையே. எனக்கு வேண்டியதை நான் பார்த்து கொள்கிறேன்” என்றது பூனை.

பிறகு சில வினாடி அமைதிக்கு பின் பூனை அந்த பறவையிடம், “எனக்கு இன்னுமொரு உதவி செய்வாயாக. என் மனதில் மிக பெரிய சோகம் குடிக்கொண்டுள்ளது, அதிலிருந்து வெளி வர விரும்புகிறேன். ஆனால் அது என்னை நிம்மதியாக இருக்க விடவில்லை. எனது சோகங்களையும், நான் கடந்து வந்த இன்னல்களையும் காது கொடுத்துக் கேட்பார் யாருமில்லை எனக்கு. அப்படி மனதுக்குள் இருக்கும் என் சோகத்தை வெளியேற்றினால் என்னால் திறம்பட செயல்பட முடியும். ஆகையால் என் அருகில் வந்து அமர்ந்து எனது மனக்குமுறல்களை கேள் பறவையே” என்று அந்த பறவையிடம் கோரிக்கை வைத்தது.

பறவை, பூனையின் நிலைமையைப் பார்த்து மனமுருகி, கீழே வந்து அதன் அருகில் இருந்த ஒரு

சொல்லப்படாத உண(ர்)வு கதை

கல்லின் மீது வந்து நின்றது. பூனை அதன் துணை பற்றியும், அது பட்ட கஷ்டங்களையும், அது வாழ்ந்த காடு முன்பு எப்படி இருந்து என்றும் காலப்போக்கில் எப்படி மாறியது என்றும் போன்ற தன் மனக்குமுறல்களை பறவையிடம் கூறியது. அந்த காட்டையும், அங்கு வாழ்ந்த வாழ்க்கையைப் பற்றி சொல்ல சொல்ல பறவையின் முகம் மாறி சோகக்கடலில் மூழ்க தொடங்கியது. "எப்படி இருந்த ஒரு மகா சாம்ராஜ்ஜியம் இப்பொழுது அதன் அழிவை நோக்கி சென்றதே. நீங்கள் கடந்து வந்த பாதை மிகவும் கொடியது" என்று ஒரு பெரும் சோகத்தில் கூறியது.

"நாங்கள் கடந்து வந்த பாதை மட்டுமெல்ல, இப்பொழுது நானும் என் குழந்தைகளும் வாழும் இந்த வாழ்க்கையும் கொடியதே. இந்த கொடிய பசி, பஞ்சத்திலிருந்து எங்களை விடுவித்துக் கொள்ளவே இப்போது ஏதேனும் உணவு கிடைக்குமா என்று தேடினேன், தேடினேன் தேடிக்கொண்டே இருக்கிறேன். என் உடலிலும் மனதிலும் இறுதியாக இருந்த வலிமையோடு உணவு தேட வந்தேன், ஆனால் அந்த வலிமையும் இப்போது முற்றிலும் குறைந்து கொண்டு வருகிறது".

"இன்னும் சில நிமிடத்திற்குள் ஏதாவது உணவு குறைந்த அளவில் கிடைத்தால் கூட என்னால் இன்னும் சில மணிநேரம் வரை உயிர் வாழ முடியும். அப்படி எதுவும் கிடைக்காவிட்டால் நான் மட்டுமின்றி என் சந்ததியும் உயிரை விடும் நிலை ஏற்படும்" என்றது பூனை. பறவை, பூனையின் பெருந்துயரை கேட்டு, அதன் முகம் மாறி அதுவும் சோகம் ஆனது.

இந்நிலையில் பூனை தன் மனதில் ஒன்றை நினைத்து, ஒரு யோசனை செய்து தன் கண்களை மூடி திறந்தது.

"பறவையே, எனக்கு வேற வழி இல்லை இதை நான் கேட்டு ஆக வேண்டும் என்கிற கட்டாயத்தில் உள்ளேன்".

"என்ன கேட்க போகிறாய்".

சற்று தயங்கி, "பறவையே என் குழந்தைகளுக்கு பால் கொடுக்க, எனக்கு உணவாக உன் குழந்தைகளில் ஒன்றை எனக்கு உணவாய் தருகிறாயா ?".

இதை கேட்ட தாய்ப்பறவை அதிர்ச்சியடைந்து கோபமாகி, "என்ன தைரியம் உனக்கு. என்னிடமே என் குழந்தையை உணவாக உண்ணக் கேட்கிறாய்". என்ற கோபமானது.

"எந்த தாயாய் இருந்தாலும் தன் குழந்தையை அபகரிக்க நினைக்கும் எந்தவொரு உயிரிடத்திலும் இப்படி தான் கோவப்படுவார். ஆனால் எனக்கு வேறு வழி இல்லை".

"இதற்கு முன் நீ ஒரு கொடிய கழுகிடம் இருந்து உன் குழந்தைகளை காப்பாற்றினாய், உன் குழந்தைகளுக்காக மரணத்தையே எதிர்க்க துணிந்தாய். இவ்வளவு ஏன் என் குழந்தைகளை ஏதேனும் விலங்கு அபகரிக்க நினைத்தால் நானும் உன் போல் தான் போராடுவேன். இப்பொழுது, நான் கேட்பதைப் போல் வேறு ஏதாவதொரு விலங்கு என் குழந்தையை உணவாய் கேட்டால்

நானும் கோவப்படுவேன் தான். ஆனால் என்ன செய்வது எனக்கு வேறு வழி தெரியவில்லையே".

"நம்மை போன்ற தாய் உயிரோடு இல்லாமல் போனால், மற்ற உயிர்களிடம் இருந்து நம் குழந்தைகளால் பாதுகாப்பாக இருக்க முடியுமா என்பது பெரும் சந்தேகம். ஆனால் நம் குழந்தைகளில் ஏதேனும் ஒன்று இறந்தால் கூட, மற்ற குழந்தைகளுக்காக நாம் உயிரோடு இருப்போம். இப்பொழுது நான் உயிரோடிருந்தால் தான் என் குழந்தைகளும் உயிரோடு இருக்கும். நான் இறந்தால் என் சந்ததியே இறக்கும். உன் குழந்தையை உணவாய் கேட்பது எனக்கும் கஷ்டமாக தான் இருக்கிறது, வேறு வழியில்லை எனக்கு" என்றது பூனை.

பறவை "உன் குழந்தைகளுக்காக ஊரார் குழந்தையை பழி கேட்கிறாயே இது என்ன நியாயம். உனக்கு உன் குழந்தை எவ்வளவு முக்கியமோ, அதே போல் தான் என் குழந்தையும் எனக்கு முக்கியம்" என்றது.

பூனை, "என் குழந்தைகள் எனக்கு முக்கியம் தான், அதனாலேயே வேறு வழியில்லாமல் என் மற்ற குழந்தைகளுக்காக, நானே என் இரண்டு குழந்தைகளை உணவாக்கிக் கொண்டேன்" என்று சொல்லி தனக்குள் இருந்த பெரும் வழியோடு ஒரு அசட்டு சிரிப்பு சிரித்தது. பூனையின் பதிலை கேட்ட பறவை மேலும் அதிர்ச்சியும் சோகமும் ஆனது.

இரண்டும் சிறிது நேரம் அமைதியாகவும் சோகமாகவும் இருந்தது. பின் பூனை, "பயப்பட வேண்டாம் பறவையே, எனக்கு உன் குழந்தை

வேண்டாம். உன் குழந்தையை உணவாய் கேட்ட பிறகு, என்னிடமிருந்து உன் குழந்தையை பாதுகாத்துக் கொள்ள நீ எனக்கு உணவு கொண்டு வருவாய் என்பதற்காக தான் நான் உனது குழந்தையை உணவாக கேட்டேனே தவிர உண்மையாக இல்லை". என்று பூனை சொல்லியவுடன் பறவை பெருமூச்சு விட்டு சந்தோஷமும் மற்றும் சோகமும் சேர்ந்து அழுதது.

"பறவையே நீ உன் அழகிய குடும்பத்தோடு எந்தவித ஆபத்தும் வராமல் பாதுகாப்பாக இரு. நான் வேறு இடம் பார்க்கிறேன். நான் என் உயிர் உள்ள வரைக்கும் உணவை தேடுகிறேன், எனக்கு உணவு கிடைத்தால் கிடைக்கட்டும் இல்லையெனில் நான் வேறு யாருக்காவது உணவாக கிடைக்கட்டும்".

"எனக்கு உன்னை போல் இறக்கை இல்லை என்று வருத்தப்படுகிறேன், இருந்திருந்தால் நான் பறந்து சென்றாவது உணவு தேடி இருப்பேன். முன்பு என்னால் ஓட முடியும், ஒரு இடத்திலிருந்து மற்றொரு இடத்திற்கு தாவ முடியும் ஆனால் இப்பொழுது அதுவும் சரியாக முடியவில்லை. அதைவிட எனக்கு இப்போது வரையிலும் பறப்பது மட்டும் முடியவில்லை". என்றது மேலும் மேலும் தனக்குள் இருந்த, தான் மறைக்க நினைத்த சோகங்களை எல்லாம் தன்னையறியாமல் அதனிடம் சொல்லி விடைபெற முற்பட்டது.

இந்தக் காட்டுப்பூனையின் சோகத்தை கேட்க கேட்க தன்னையறியாமல் பறவைக்கு தன் கண்களில் இருந்து கண்ணீர்த்துளிகள் வந்து, மனதில் நீங்க முடியாத பாரம் வந்த வண்ணம்

இருந்தது. ஒரு ஜீவனின் வாழ்க்கையில் இப்படியொரு இன்னல்களா என்று தன் மனதுக்குள் ஆழ்ந்து சிந்தித்து. பிறகு பல மணிநேரம் யோசனைக்குப் பின் வேறு இடத்திற்கு செல்ல முயன்ற பூனையை நிறுத்தியது.

பறவை, "நில் பூனையே, எங்கு செல்கிறாய். உனது வாழ்க்கையில் சோகமே பெரும் பங்காக இருக்கும் உனக்கு, நான் இப்போது என்னால் முடிந்த அளவில் உனக்கு உணவு தருகிறேன். ஆனால் நீ எனக்கு அதற்கான கைம்மாறு செய்ய வேண்டும், செய்வாயா?".

இதை கேட்ட பூனை மிகவும் சந்தோஷப்பட்டு கண்கலங்கி, "நிச்சயம் செய்வேன். என் குழந்தைகள் மீது ஆணை. நீ செய்யப் போகும் உதவியை நானும் என் சந்ததியினரும் எங்கள் உயிர் உள்ள வரை மறவோம்".

தாய்ப்பறவை, "உன்னை நம்புகிறேன். ஆனால் எனக்கு சில முக்கியமான நிபந்தனைகள் இருக்கின்றது அதற்கெல்லாம் சரி என்றால் நான் உனக்கு உணவு தருகின்றேன். இந்த முடிவு உனக்காகவும், குழந்தைகளுக்காகவும் மட்டுமல்ல என் குழந்தைகளுக்காகவும்".

"நான் என்னையே உனக்கு உணவாக அளிக்கின்றேன். நானே நீ உண்ணும் உணவு. உன் குழந்தைகளையும், என் குழந்தைகளையும் காப்பாற்றுவதற்காக உணவாக என்னையே தருகிறேன் எடுத்துக்கொள்" என்றது தாய்ப்பறவை.

பறவை சொன்னதைக் கேட்ட பூனை அதிர்ச்சியானது.

பூனையின் நிலைமையை பார்த்து மனசு இரங்கியும் தன் குழந்தைகளின் எதிர்காலத்தை கருத்தில் கொண்டும் அந்த பறவை தன் மனதை கல்லாக்கிக் கொண்டு, பறவையே அந்த பூனைக்கு உணவாக சம்மதித்தது.

"இல்லை பறவையே. உனக்கு உன்னை நம்பி உன் குழந்தைகள் இருக்கிறார்கள்".

"நான் உனக்கு உணவாக ஆவதற்கு காரணம் இருக்கிறது. நீ என்னிடம் இருக்கின்ற பறக்கும் குணம் உன்னிடம் இல்லையே என்று கவலை கொண்டாய். நானோ, உன்னிடம் இருகின்ற வலிமையான குணம் என்னிடம் இல்லை என எண்ணி கவலை கொள்கிறேன். பல ஆபத்துகளில் இருந்து என் குழந்தைகளை காப்பாற்ற போதுமான வலிமை இப்போது என்னிடம் இல்லை. ஆனால் அந்த அளவிற்கு வலிமை உன்னிடம் உண்டு. ஆகையால் தான் என்னை உனக்கு கொடுத்து, உன் வலிமையை, உனது சக்தியை என் குழந்தைகளுக்கு அரணாக மாற்றுகிறேன்" என்று பூனைக்கு விவரித்து கூறியது தாய்ப்பறவை.

பூனை சில நிமிடம் யோசித்து பின் வேறு வழியில்லாமல், பறவை கூறியதை ஏற்றுக் கொண்டது.

"என் குஞ்சுகள் வளர்ந்து சுதந்திரமாக பறக்கின்ற வரைக்கும் அவற்றை கழுகுகள் மற்றும் இதர விலங்குகள் போன்ற எந்தவித ஆபத்தில் இருந்தும் நீ பாதுகாக்க வேண்டும். எந்த ஒரு

சூழ்நிலையிலும் என் கண்மணிகளை நீ ஒன்றும் செய்யக் கூடாது. முக்கியமான ஒன்று அதை உன் குழந்தைகள் என நினைத்து தான் வளர்க்க வேண்டும். உன் குழந்தைகளும் என் கண்மணிகளை ஒன்றும் செய்யாமல் பார்த்துக்கொள்ள வேண்டும். என் குழந்தைகளுக்கு ஏதேனும் சிறு அளவு இடர் கூட வரக்கூடாது. இரவும் பகலுமாய் மிக கண்காணிப்போடு என் கண்ணின்மணிகளை அழகாய் பார்த்துக்கொள்ள வேண்டும். என் பிஞ்சுகளுக்கும் நீ இரை கொடுக்க வேண்டும். இவற்றை எல்லாம் என்னால் செய்ய முடியும். நீ உறுதியாய் பின்பற்றுவாய் என எனக்கு வாக்கு கொடுக்க வேண்டும்" என்று தன் சோகங்கணிந்த குரலில் கேட்டது.

"நான் ஈன்ற என் குழந்தைகள் மேல் ஆணையாக கூறுகிறேன். நிச்சயமாய், உறுதியாய் நீ கூறியதை முழுமையாய் பின்பற்றி உன் குழந்தைகளை நன்றாகவும் பாதுகாப்பாகவும் பார்த்துக் கொள்வேன்".

"இப்பொழுது வாக்கு கொடுத்துவிட்டு பின்வரும் நாட்களில் என்னை ஏமாற்றி, என் குழந்தைகளை பாதுகாக்க இட்ட இந்த விதிமுறைகளை பின்பற்ற தவறினால் அதன்பின், ஆவியாய் வந்து உனக்கு சாபம் இடுவேன், உன் சந்ததி முழுவதையும் அழிப்பேன்".

"அவ்வாறு நடக்காது பறவையே. நீ, உன் உயிரை பணையம் வைத்து எனக்கும் என் குடும்பத்திற்கும் வாழ்க்கை அளிக்கப்போகிறாய்".

தாய்ப்பறவையும் தன் குஞ்சுகளை பிரிய மனமில்லாமல் அழுது, தன் பிரிவை வெளிப்படுத்தியது

சில நேரம் பின் பறவை பூனைக்கு உணவாய் ஆனது. பறவையை உண்டது பூனை.

அதன்பின் அதன் உடலில் புதிய ஆற்றல் வந்தது, அதை வைத்து பறவைக் குஞ்சுகளை வேட்டையாட வந்த மற்ற பறவைகளையும் பூனை வேட்டையாடி உண்டது. பின் அந்த பறவை குஞ்சுகளுக்கும் இரை கொடுத்தது. இப்போது அதனிடம் பால் சுரக்கின்ற அளவுக்கு பூனைக்கு உணவுகள் கிடைத்தன.

தன் குட்டிகளிடம் போய் பால் கொடுத்தது. பிறகு தன் குட்டிகளை அழைத்துக் கொண்டு பறவைக் குஞ்சுகள் இருக்கும் மரத்திற்கு அருகில் இருக்க வைத்து விட்டது. தன் குழந்தைகளுக்கும், பறவைக் குஞ்சுகளுக்கும் சேர்த்து பாதுகாப்பு அரணாய் இருந்தது. குஞ்சுகளை தன் குழந்தைப் போல் பாதுகாத்தது.

இப்படி பல வாரங்கள் சென்றன. பறவைக் குஞ்சுகளும், பூனைக் குட்டிகளும் நன்கு வளர்ந்தன. குட்டிகளுக்கு பற்களும், குஞ்சுகளுக்கு இறக்கைகளும் வளர்ந்த தருணமிது. நான்கு பறவை குஞ்சுகள், மூன்று பூனை குட்டிகள் சேர்ந்து விளையாடி கொண்டிருந்தது.

அந்நேரம் ஒரு பருந்து பூனையின் கண்முன்னே ஒரு பறவைக் குஞ்சை கவ்விக்கொண்டு பறந்து சென்றது. அதை பார்த்த பூனையால் எதுவும் செய்து தடுக்க முடியவில்லை. அந்த நேரம் தாய்ப்பறவை குஞ்சுகளுக்காக கடைசியாக

சொல்லப்படாத உண(ர்)வு கதை

தன்னிடம் கூறிய வார்த்தைகள் பூனையின் மனதிலும் காதிலும் ஒலித்தது. தான் ஒப்புக்கொண்ட சத்தியத்தை காப்பாற்ற முடியாமல் போனதை நினைத்து பெரும் வேதனைக்கும் குற்றவுணர்ச்சிக்கும் உள்ளானது.

"தன்னை நம்பி விட்டுசென்ற, தனக்காக உணவாய் ஆன தாய்ப்பறவைக்கு செய்த சத்தியத்தை காப்பாற்ற முடியாமல் ஆகிவிட்டதே. ஐயோ இறைவா, அது என்னிடம் கடைசியாக கூறிய வார்த்தைகள் இன்னும் என் காதினில் ஒலிக்கிறதே" என்று தனக்கு தானே பேசிக்கொண்டது.

அந்த பறவைக் குஞ்சின் நிலை அறியாத மற்றக் குட்டிகள் ஆனந்தமாக விளையாடிக் கொண்டிருந்தது. அப்பொழுது குற்றவுணர்வில் சிக்கியிருந்த பூனையின் காதில் "இதில் ஏதேனும் ஒன்றை பின்பற்ற தவறினால், நான் பின் ஆவியாய் வந்து உனக்கு சாபம் இடுவேன், உன் சந்ததி முழுவதையும் அழிப்பேன்" என்ற பறவையின் இந்த வார்த்தை மட்டும் பூனையின் காதில் ஓங்கி ஒலித்தது. பூனை பயந்து தன் குட்டிகளை தேடியது.

பூனை தன் குட்டிகளை நோக்கி ஓட, குட்டிகள் விளையாடிக் கொண்டிருந்த இடத்திற்கு அருகில் இருந்த பெரிய மரம் ஒன்றில் கனமான கிளை ஒன்று முறிந்துபோய் கீழே விழ, பறவைக் குஞ்சுகள் அதை பார்த்து பயந்து பறந்து போக, பயந்து தப்பிக்க நினைத்த மூன்று பூனைக் குட்டியின் மீது அந்த கிளை விழுந்தது. தாய் காட்டுப்பூனையின் கண் எதிரே தான் ஈன்ற மூன்று குழந்தைகளும் இறந்தது.

அதை பார்த்து பிரம்மை பிடித்தை போல் அதிர்ச்சியில் உறைந்தது. தன் கண்ணை மூடி, இது உண்மை இல்லை என்றும் இது தன் கற்பனைதான் என்றும் சொல்லிக் கொண்டு உடனே தன் மன கற்பனையில் இருந்து தன் சுயநினைவுக்கு வெளி வந்து.

மறுமுறையும் பூனை தன் கண்ணை நன்கு மூடி திறந்தது.

"பூனையே... பூனையே.. என்ன ஆச்சு..." என்று ஒரு கேட்ட குரல் மீண்டும் கேட்டது.

பூனை, குரல் வந்த திசையை பார்த்து அங்கிருந்த பறவையிடம் "ஒன்றும் இல்லை, எனது எதிர்கால கற்பனையில் ஊறிப்போனேன். அதில் என் சொந்த கற்பனையே என்னை ஏமாற்றுகிறது" என்று கூறி சற்று நகைத்தது.

பூனை, "இறுதியாக யார், என்ன பேசிக்கொண்டிருந்தோம்".

"நீ தான் கூறினாய். 'குறைந்த அளவில் கூட உணவு எதுவும் கிடைக்காவிட்டால் நான் மட்டுமின்றி என் சந்ததியும் உயிரை விடும் நிலைமை ஏற்படும்' என்று".

பறவை, "உன் வாழ்க்கை மிகவும் அபாயகரமாக இருக்கிறது. உன்னை கண்டால் எனக்கு பாவமாய் இருக்கிறது. உனது வாழ்க்கையில் கஷ்டத்தை மட்டுமே பெரும் பங்காய் சுமந்துகொண்டு இருக்கிறாய். உனக்கு என்ன சொல்வதென்று தெரியவில்லை".

இப்படி பேசிக்கொண்டிருக்கையில் பூனை அந்த பறவையை ஒருவாறு பார்த்தது, அந்த நேரம் அதன் மனதில் சில எண்ணங்களும் உதித்தது. "இறைவன் ஒரு நல்ல வாய்ப்பை கொடுத்துள்ளான், அதை எடுத்துக் கொள்கிறேனா அல்லது விட்டு செல்கிறேனா என்பது இப்போது தெரியும். வேறு வழியில்லை கடைசியாக ஒருமுறை செய்து பார்க்கலாம், வந்தால் உணவு போனால் உயிர்" என மனதில் நினைத்து ஒரு யோசனை செய்தது.

பூனை இந்த காட்டிற்குள் வந்ததும் அது கண்ட இக்காட்டின் எழிலை பற்றி பறவையிடம் கூறிக்கொண்டிருந்தது. இந்த பறவையும் அது இருக்கின்ற காட்டை சுற்றி பார்த்தது.

பறவையும் சுற்றி பார்த்துவிட்டு பூனையை பார்க்க, ஒரு நொடியில் பூனை வேகமாக பறவை மேல் பாய வந்தது, பதறிய பறவை உடனே தன் இறக்கையை விரித்து பறந்து மேலிருக்கும் அதன் கூட்டிற்கு சென்றது.

இந்த பறவை பரபரப்போடும் பயத்தோடும் தன் கூட்டிற்கு வந்தது. அதன் இதயத்துடிப்பு மிக வேகமாக ஓடியது. கீழே இருந்த பூனையை மிக கோபமாக பார்த்தது.

பூனை, "என்னை மன்னித்துவிடு பறவையே எனக்கு வேறு வழி தெரியவில்லை. நான் செய்தது தவறு தான்" என்று தன் தவறை எண்ணி மிகவும் வருந்தியது.

"இது தவறு இல்லை, துரோகம். நம்பிக்கை துரோகம் பாவி பூனையே".

"உனது மனத்துக்குள் புதைந்து கிடந்த உன் துயரை, வெளியேற்ற உனக்கு உதவி புரிய வந்த என்னை நீ கொல்லப் பார்க்கிறாய். ஒருவேளை நீ கூறிய கதைகள் எல்லாம் என்னைக் கொல்ல நீ செய்த சதி தானோ. என்னை கொல்வதற்காக நீ பாசாங்கு செய்தாயோ".

"நிச்சயமாய் நான் பாசாங்கு செய்யவில்லை, இது சதியும் இல்லை, நான் கூறியவை அனைத்தும் உண்மையே. இது என் குழந்தைகளின் மேல் சத்தியம். உன்னைக் கொல்ல வேண்டும் என்ற எண்ணம், இப்பொழுது தான் தோன்றியது. என்னை மன்னித்து விடு எனக்கு வேறு வழி தெரியவில்லை பசி, பட்டினி, குழந்தை பாசம் போன்றவற்றால் நான் என்ன செய்கிறேன், என்ன செய்ய போகிறேன் என்று எனக்கே தெரியவில்லை" என கண்ணீர்மல்க அழுது கூறியது.

இதுவரைக்கும் தன் கஷ்டங்களை கூறியபோது கூட அழாத பூனை இப்பொழுது அழுது கொண்டே பறவையிடம் தன் மனத்துயரை வெளிப்படுத்தியது

"ஒவ்வொரு நாளும் நரகத்தில் வாழ்வதைப் போல் இருக்கும் எனக்கு, நான் பட்ட வலிகள் நான் அடைந்த துயரங்கள் என் ஒவ்வொரு நொடியிலும் நான் அடைந்து கொண்டிருக்கும் வேதனைகள் இவற்றையெல்லாம் சதி என்றும் கதை என்றும் கூறி தண்டனை என்ற பெயரில் மேலும் என்னை கொடுமை என்ற தீயில் தள்ள வேண்டாம். நான் கூறியது கதை அல்ல, முற்றிலும் அப்பட்டமான உண்மை தான்".

சொல்லப்படாத உண(ர்)வு கதை

இதைக் கேட்ட பின் பறவையின் முகம் கோவத்தில் இருந்து சிறிது சிறிதாக மாறியது.

"சரி நீ கூறியது உண்மை என ஒப்புக்கொள்கிறேன். ஆனால் உன் வலி சுமையை கேட்க வந்த என்னை, கொல்லலாம் என்று வந்தாயே அது தவறல்லவா. தன்னை நம்பி வந்தவரை கொல்ல நினைப்பது துரோகம் அல்லவா" என்றது பறவை.

இப்படி கேட்ட பறவைக்கு தான் சொல்லாத தன்னிலையை விளக்கியது பூனை.

"நான் துரோகம் செய்யவில்லை. உனது பார்வையில் அது துரோகம் என்றால், அந்த துரோகத்தை நான் செய்யவில்லை. நான் உனக்கு துரோகம் செய்யப்பட்டேன். நான் இது வரை யாருக்கும் எத்தீங்கும் துரோகமும் செய்ததில்லை. ஆனால் இப்பொழுது துரோகம் செய்கிறேன் என் வயிற்றுக்கும், என் குழந்தைகளுக்கும், அவர்களின் பசிக்கு, அவர்களின் பாசத்திற்கு, அவர்களின் வாழ்க்கைக்கு துரோகம் செய்யப்பட்டேன்".

பறவையே நீ என்றைக்காவது சிறிது நேரமாவது பசியில் இருந்ததுண்டா?.

உணவுக்காக ஏங்கியதுண்டா?...

பசி, பட்டினி, பஞ்சத்தை கண்டதுண்டா?...

எதிர்காலத்தைப் பற்றி பயந்ததுண்டா?...

உறவாய், நட்பாய் ஒற்றுமையாய் இருந்தவர்களிடம் உணவுக்காக ஒற்றுமையை விடுத்து அவர்களிடமே சண்டையிட்டதுண்டா?..

தன் குழந்தைகளின் பசியாற்ற, உயிரினும் மேலான உறவை பறி கொடுத்ததுண்டா?...

"இவற்றில் ஏதேனும் ஒன்றையாவது நீ உன் வாழ்வில் கண்டிருந்தால் அப்பொழுது தெரியும் துரோகம், சரி, தவறு, நடுநிலைமை என்றால் என்னவென்று".

"பசி பட்டினி, பஞ்சத்தில் வாடியிருக்கும் எந்த ஜீவனாக இருந்தாலும் அந்த நேரத்தில் தன் வயிற்றுக்காக தன் வாழ்க்கைக்காக தனக்கான உணவுக்காக அந்த ஜீவன்கள் என்ன செய்தாலும் அது சரியாகவே இருக்கும். அந்நேரத்தில் அந்த ஜீவன்களுக்கு குறிக்கோள், நோக்கம், லட்சியம், ஆசை இவையெல்லாம் ஒன்றே. அது அந்த வயிற்றுக்கு போதுமான உணவு மட்டுமே".

"அந்த நேரத்தில், அந்த ஜீவன்கள் என்ன செய்தும், எவ்வழி சென்றும் அவற்றுக்கான உணவை எடுத்துக் கொண்டாலும் அந்த ஜீவன்களுக்கு அதுவே சரி, அதற்கு அதுவே தர்மமாகும். அப்படி ஏதாவது தவறிழைத்தாலும், அந்த ஜீவன்கள் தவறிழைக்கவில்லை. ஏதோ ஒரு வகையால், ஏதோ ஒரு காரணத்தால், ஏதோ ஒரு அல்லது பல ஜீவன்களால் அது தவறிழைக்கப்பட்டது என்பதே சரியாகும். அது அவற்றின் தவறு அல்ல, அவற்றை இந்த நிலைக்கு தள்ளிய இந்த உலகத்தின் தவறு"

பூனையின் பேச்சைக் கேட்டு, இப்பொழுது பறவையின் முகம் முற்றிலும் சாந்தமாய் மாறி பூனையைப் பரிதாபமாய் பார்த்தது.

"நான் உன்னை பார்த்ததும் இந்த மரத்தின் மேலேறி உன்னுடன் யுத்தம் புரிந்து உன்னைக் கொன்று உன்னையும் உன் குஞ்சுகளையும் உணவாக்கிக்க முடியும், அந்த அளவிற்கு என்னிடம் போதுமான ஆற்றல் இருந்தது. ஆனால்

சொல்லப்படாத உண(ர்)வு கதை

நான் அப்படி செய்யவில்லை. காரணம், நீயும் என்னைப் போல ஒரு தாய். நம்மை போன்ற தாய் உயிரோடு இல்லாமல் போனால், நம் குட்டிகள் அது வளரும் வரை மற்ற உயிர்களிடமிருந்து நம் குட்டிகளால் பாதுகாப்பாக இருக்க முடியுமா என்பது பெரும் சந்தேகம். ஆனால் நம் குழந்தைகளில் ஏதேனும் ஒன்று இறந்தால் கூட, மற்ற குழந்தைகளுக்காக நாம் உயிரோடு இருப்போம்".

"என்னை நம்பி வந்த போது உன்னைக் கொல்ல நினைத்தது தவறு தான், அது எனக்கும் கஷ்டமாகத்தான் இருக்கிறது. ஆனால் வேறு வழி தெரியவில்லை எனக்கு. அடுத்த நிமிடத்தில் ஏதாவது உணவு கிடைக்குமா என்ற எதிர்பார்ப்பும், பயமும் தான் உன்னை எனக்கு உணவாக்கிக்க அப்படி செய்ய வைத்தது".

இவ்வாறு கூறி பூனை தான் செய்தது தவறில்லை என்று பறவையிடம் எடுத்துரைத்தது. பூனை கூறியதை கேட்டு சிந்தித்து, அது தன் சூழ்நிலையால் தான் அப்படி செய்தது என ஒப்புக்கொண்டு, ஏற்கனவே காயப்பட்ட பூனையின் மனதை காயப்படுத்தியதை நினைத்து மனம் வருந்தியது. பறவை, "பூனையே, உன் சூழ்நிலையை அறியாமல் உன்னை அப்படி பேசி மேலும் உன்னை காயப்படுத்திவிட்டேன். என்னை மன்னித்துவிடு".

பின் பறவை தன் மனதில் ஒன்றை நினைத்தது.

பூனையிடம் ஒரு யோசனை சொன்னது, "பூனையே, தயவுசெய்து இப்பொழுது நீ என்னையும் என் குட்டிகளையும் எதுவும்

செய்யாமல் இருந்தால், நான் எப்படியாவது உனக்கும் உன் குட்டிகளுக்கும் சேர்த்து உணவை கொண்டு வந்து கொடுப்பேன். ஆனால் நாம் இருவரும் சேர்ந்து ஒரு பரஸ்பர உடன்படிக்கை மேற்கொள்ள வேண்டும்".

பூனை, "அந்த உடன்படிக்கை பற்றி கூறி அதன்பின் எனது பதிலை தெரிவிக்கிறேன்".

"நாம் இருவரும் நண்பர்கள் ஆகிவிடலாமா?. என் காயங்கள் ஆறிய பின்பு நான் உனது குடும்பத்திற்க்கும் என்து குடும்பத்திற்க்கும் சேர்த்து உணவு எடுத்துக் கொண்டு வருவது, அதுபோக காட்டில் இருக்கும் உயிரினங்களை கண்காணித்து உன்னிடம் தெரிவிப்பது இவற்றையெல்லாம் நான் செய்கிறேன். இது என் பொறுப்பு"

"அதுபோல நான் உயிரினங்களை கண்காணித்து உன்னிடம் தெரிவித்ததும், பின் நீ அதை வேட்டையாடுவதும், மற்றும் நீ உன் குடும்பத்துக்கு மட்டுமில்லாமல் என் குழந்தைகள் வளர்ந்து சுதந்திரமாக செல்லும் வரைக்கும் என் குடும்பத்துக்கும் பாதுகாப்பாக இருப்பது நீ செய்ய வேண்டும். அது உன் பொறுப்பு"

"என்னால் வேட்டையாட முடியாது எனவே நீ வேட்டையாட உனக்கு உதவி புரிகிறேன். வேட்டையாடிய இரையை நாம் பங்கிட்டுக் கொள்ளலாம். நம் குழந்தைகள் வளர்ந்து சுதந்திரமாகும் வரைக்கும், நம் குடும்பத்துக்காக வேலைகளையும் பொறுப்புகளையும் நாம் இருவரும் பாதிப்பாதியாக பிரித்துக்கொள்ளலாம்"

"இறுதி வரைக்கும் நாம் இரண்டு குடும்பங்களும் ஒற்றுமையாய் இருக்கலாம், யாரும் எக்காரணத்தைக் கொண்டு எந்தவொரு வஞ்சக செயலையும் செய்யக் கூடாது. மிக முக்கியமான ஒன்று, நம் வாழ்வின் இறுதி வரைக்கும் நாம் நட்புடன் பயணிக்கலாம். நாம் மட்டுமன்றி நமது சந்ததி முழுவதும் நட்பாக இருக்கலாம்".

"இதுவே நான் கூறிய உடன்படிக்கை. இதை ஒப்புக்கொண்டு நம் இரு குடும்பங்களை நல்ல முறையில் வளர்க்கலாமே" எனக் கேட்டது பறவை.

இதை கேட்டதும் சிறிதும் தயக்கமின்றி இந்த உடன்படிக்கைக்கு ஒப்புக்கொண்டது பூனை.

பின் தங்கள் நட்பை உறுதிப்படுத்திக் கொள்ள பறவை கிளையிலிருந்து கீழே வந்து பூனை மேல் உட்கார்ந்தது. இரண்டும் தங்கள் நட்பின் உணர்வுகளை வெளிப்படுத்தின.

அப்பொழுதே, அந்த நேரமே மற்றொரு கழுகு அங்கு வந்தது. உடனே பூனையும், பறவையும் கழுகிடம் சண்டையிட்டு வேட்டையாடி, இந்த இரண்டு தாயும் அந்த கழுகை தங்களுக்கு உணவாக்கியது.

அப்போதிருந்தே அவற்றின் நட்பு தொடங்கியது.

பின் அவற்றின் நட்பு பல காலமாய் தொடர்ந்தது. அவ்விரண்டின் குட்டிகளும் வளர்ந்தது, சுதந்திரமாகிவிட்டது. அவற்றின் இறுதி வரைக்கும் அந்த நட்பு தொடர்ந்தது. இரண்டு ஜீவன்களுக்குள்ளும் நல்ல உறவு, நல்ல நட்பு, நல்ல பிணைப்பு என்று நன்கு வலுவாக இருந்தது.

தங்களின் நட்பை பற்றி நினைத்துக் கொண்டிருக்கும் சமயத்தில் எதிர்பாராமல் தன் கண்ணை மூடி தலையை ஆட்டியது பறவை. அதன்பின் பறவையின் மன கற்பனை நீங்கி யதார்த்தத்திற்கு வந்தது.

அப்பொழுது கிளையில் இருந்த அந்த பறவை, கீழே சிறிது தூரத்தில் நன்றாக பெருத்த புழு ஒன்று ஊர்ந்து சென்றுக் கொண்டிருப்பதை கண்டது. அதை பார்த்ததும் அதன் மனதில் குழப்பங்கள் உண்டானது.

பறவை, பூனை சொல்வதையும் புழுவையும் மாறிமாறி பார்த்துக் கொண்டிருந்தது. பூனை பேசுவதை சரியாக கேட்காமல், அதன் கவனம் முழுவதும் புழுவின் மீதே இருந்தது.

"வேறு வழியில்லை வேறெங்கும் ஏதேனும் உணவு கிடைக்கிறதா என்று தான் பார்க்க வேண்டும். இப்பொழுது நான் உயிரோடிருந்தால் தான் எனது குழந்தைகளும் உயிரோடு இருக்கும். நான் இறந்தால் என் சந்ததியே இறக்கும். நான் போகும் வழியில் இறந்தாலும் இறக்கக்கூடும்" பூனை.

பூனை பேசுவதில் செலுத்திய கவனம் குறைந்து, இப்பொழுது தன் மனதில் புழுவை பற்றிய யோசனை மட்டும் வந்தது.

"ஆகா கொழுகொழுவென்று பெருத்த புழு. நம் குழந்தைகளுக்கு இரை தேட போன போது தான் கழுகு வந்தது. பின் இரை தேடுவதை பாதியில் விட்டுவிட்டோம். என் காயங்களால் இப்போது

சொல்லப்படாத உண(ர்)வு கதை

என்னால் இரை தேட செல்லவும் முடியாது. அருகில் ஏதும் இரை கிடைக்குமா என்றிருந்த நிலையில், நல்ல நேரத்தில் இந்த புழு நம் கண்ணில் பட்டது. இது நமது குழந்தைகளுக்கு போதுமானதாக இருக்கும்" என்று தன் மனதிற்குள் பேசி பெரும் மனப்போராட்டம் நடத்தியது பறவை.

"ஆனால் இந்த மிகப் பாவமான பூனைக்கும் உணவின் தேவை இருக்கின்றதே"

"ஆம் சரியே, ஆனால் அதே போல் நமக்கும் உணவு தேவை இருக்கின்றதே. நம்மை போல் இன்னொரு உயிருக்கும் உணவு தேவை இருப்பின் அந்த நேரத்தில் ஒரு இரை வந்து அதை நாம் எடுத்தால் என்ன தவறாகுமோ ?"

"சொல்லப்போனால் நம்மை விட இந்த பூனைக்கு தான் உணவின் தேவை மிக மிக அதிகமாக தேவைப்படுகிறது"

"ஆனாலும் இந்த மிக குட்டியான இந்த புழுவால், பூனையின் வயிற்றில் பெரிதாக ஒரு பங்கை கூட நிரப்பாது. இந்த புழுவால் இந்த பூனைக்கு ஒன்றும் பெரிய பயன் இருக்காது. ஆனால் இந்த புழுவால் நமக்கு மிக பெரிய பயன் இருக்கிறது"

"பூனையை நினைத்தும் பாவமாக தான் உள்ளது"

"அதே நேரம் நம் குஞ்சுகளுக்கும் உணவு வேண்டுமே. அந்த பூனைக்கு போகும் வழியில் ஏதேனும் உணவு கிடைத்தாலும் கிடைக்கலாம்"

"அந்த பூனை சாவின் விளிம்பில் இருக்கின்றது. ஒருவேளை எந்த உணவும் கிடைக்காமல் இறந்தால் அது பாவம் அல்லவா"

"இதற்கு முன் பூனை கூறியதே ' உணவு தேவைப்படும் நேரத்தில் அந்த உணவுக்காக என்ன செய்தாலும் அது சரியே ' என்று. ஒருவேளை இதை நான் விட்டுக்கொடுத்து அடுத்ததாக என் குழந்தைகளுக்கு உணவு கிடைக்காமல் போனால் நான் என்ன செய்வேன்" இப்படி தனக்குத்தானே தன் மனதிற்குள் பேசிக்கொண்டது பறவை.

பூனை, "எனக்கு உன்னைப்போல் இறக்கை இல்லை என இப்போது வருத்தப்படுகிறேன். இருந்திருந்தால் நானும் பறந்து போயாவது உணவு தேடி இருப்பேன். நீ அதிர்ஷ்டசாலி, நானோ அதிர்ஷ்டம் இல்லாத ஜீவன்" என்றது.

"அந்த பூனை தான் பட்ட பெருங்கஷ்டதை கூறியும், உனக்கு பூனையின் நிலைமை புரியவில்லையா"

"எனக்கு பூனையின் நிலைமை புரிகின்றது. அதை பார்க்க பாவமாக தான் உள்ளது ஆனால் அதைவிட நான் ஈன்ற என் குழந்தைகளின் நிலைமை முன்னிலையாகிறதே".

பூனை தன் மனதில் இருக்கிற பெரும் வழியோடு சிரித்துக்கொண்டே, "இப்பொழுது என் வயிற்றிலிருந்து வெளியேறும் கழிவுகள் கூட இல்லை. அது இருந்திருந்தால் கூட அதை சாப்பிட்டிருப்பேன்".

"என்னிடம் கழிவுகளா. அது எப்படி இருக்கும், வயிற்றில் ஏதேனும் சிறு அளவு உணவு இருந்தால் தானே அதிலிருந்து கழிவுகள் பிரியும். உணவுகள் கிடைத்தால் தானே அதை உண்ண முடியும்" என்று பூனை பறவையிடம் பேசிக்கொண்டது.

இதுவரைக்கும் பூனையையும், புழுவையும் மாறிமாறி பார்த்த பறவை, இப்போது அதன் பார்வையை முற்றிலும் ஊர்ந்து சென்றுக் கொண்டிருக்கும் புழுவை நோக்கியது.

"ஐயோ அந்த புழு நகர்ந்துக் கொண்டிருக்கிறதே இப்போது என்ன செய்வது".

"ஒருவேளை பூனை போகும் வழியில் இந்த புழுவை பார்த்து, அதை எடுத்து உணவாக்கிக் கொண்டால். ஐயோ" என மனதில் கூறிகொண்டது.

பூனை கிளையில் இருக்கும் பறவையிடம் பேசிக்கொண்டிருந்த நிலையில், முன்பு வரை தான் பேசியதை கவனித்த பறவை இப்பொழுது அதன் கவனமும் அதன் பார்வையும் வேறெங்கோ சென்றிருப்பதை உணர்ந்தது.

அதன்பின் பறவையின் பார்வை செல்கின்ற இடத்தை நோக்கி நிமிர்ந்து பார்த்தது. அங்கே ஒரு பெருத்த புழு ஊர்ந்து சென்றுக் கொண்டிருப்பதை பூனை கண்டது.

"ஐயோ, புழுவை பூனை பார்த்தேவிட்டதே".

பூனை புழுவை கண்டதும் மனதில் சிறிய ஆறுதல் வந்தது. "மிக சிறியதாக இருந்தாலும் உண்பதற்கு உணவு என்று சொல்லிக் கொள்ள ஒரு புழு கிடைத்ததே" என தன் மனதிற்கு ஆறுதல் கூறிக்கொண்டது.

"பறவையே, இங்கே பார்த்தாயா. நான் பல காலமாய் அனுபவித்த கஷ்டங்களை உன்னிடம் சொன்ன பிறகு ஒரு பெருத்த புழு ஆனால் மிகவும் சிறியதான புழு ஒன்று என் கண்ணில் பட்டது.

இதை உண்ணலாம், ஆனாலும் பெரிதாக பயன் இருக்காது. இதாவது கிடைத்ததே வேறு வழியில்லை இதை உண்ணலாம்".

"இறைவன் எவ்வளவு கஞ்சன் என்று பார்த்தாயா பறவையே. நல்லவேளை, கடைசி நேரத்தில் இதாவது கிடைத்ததே" என்று சொல்லி கிண்டல் அடித்தது பூனை.

பூனை புழுவை சாப்பிடப் போக, பறவை பூனையை தடுத்து, அது தயங்கி தயங்கி பூனையிடம் "பூனையே நீ எனக்கு ஓர் உதவி செய்ய வேண்டும்".

"உதவியா நானா. இந்த நிலையில் நான் உனக்கு என்ன உதவி செய்ய முடியும்".

பறவை தயங்கி, "அந்த புழுவை நீ என் குஞ்சுகளுக்காக விட்டுக்கொடுக்க வேண்டும். இதுவே நான் உன்னிடம் கேட்கும் பெரும் உதவி".

இதைக் கேட்ட பூனையின் முகம் மாறியது. சில வினாடிகள் யோசித்து, "என் கஷ்டங்களை எல்லாம் கூறிய பின்பும், நீ இதை கேட்கிறாயே. இதை நான் என்ன சொல்ல".

"உன் கஷ்டங்களெல்லாம் நன்றாக புரிந்தது. ஆனால் இதை என் குஞ்சுகளுக்காகவே கேட்கிறேன். எனக்கு வேறு வழியில்லை. நானோ காயங்களோடு இருக்கின்றேன். இந்த நேரத்தில் என்னால் வேறெங்கும் சென்று இரைகள் தேட முடியாது. இந்த புழு அதுவாக என் கண்முன்னே வந்தது, இதற்கு பின் ஏதேனும் இரை தானாகவே கிடைக்குமா என்பது தெரியாது. அதனால் தான் இதை உன்னிடம் கேட்கிறேன்".

பறவை சொன்னதை கேட்டு பூனை யோசித்துக் கொண்டிருந்தது.

பறவை, "முன்பு நீயே கூறினாயே, 'தன் வயிற்றுக்கு தேவையான உணவுக்காக அந்த ஜீவன்கள் என்ன செய்தாலும் அது சரியாக இருக்கும். அந்நேரத்தில் அந்த ஜீவன்களுக்கு முக்கிய குறிக்கோள் உணவு மட்டுமே' என்று"

"உன்னைப் பார்க்க மிகவும் பாவமாகவும் பரிதாபமாகவும் இருக்கிறது. ஆனால் என்ன செய்வது உன்னை விட எனது குஞ்சுகளே எனக்கு முதன்மையாகிறார்கள். என்னை மன்னித்து விடு, எனக்கு வேறு வழி தெரியவில்லை, நான் என்ன செய்வதென்றும் எனக்கு புரியவில்லை".

பூனை மிக தீவிரமாக யோசித்தது. "உனக்கும் உணவு தேவை, எனக்கும் உணவு தேவை. நீ உன் குஞ்சுகளுக்காக இந்த புழுவை கேட்கிறாய், நானும் என் குட்டிகளுக்காக என் வயிற்றுக்கு பத்தாத இந்த புழுவை கேட்கிறேன். ஆகையால் நாம் இருவரும் ஓர் உடன்படிக்கை மேற்கொள்ளலாம்" என்றது பூனை.

"என்ன உடன்படிக்கை?".

"இந்த புழுவை யார் முதலில் பிடிக்கிறார்களோ, அவர்களுக்கு தான் இந்த புழு. இந்த உடன்படிக்கைக்கு நீ தயாரா?" என பூனை கேட்க,

துளியும் யோசிக்காமல் உடனே, "இதை நான் ஏற்கிறேன். இந்த போட்டிக்கு நான் தயார்" என்றது பறவை.

இரண்டும் தன்னை தயார் செய்துக் கொண்டிருக்கிறது.

இங்கு என்ன நடக்கிறது என்றும், தனக்காக இரண்டு ஜீவன்கள் போட்டிப்போட்டு கொள்கிறது என்றும், எதையும் அறியாமல் மெதுவாக ஊர்ந்து சென்றுக் கொண்டிருக்கும் புழு எப்படி இந்த ஜீவன்களின் பார்வையில் பட்டது என ஒரு முன்னோட்டம் பார்ப்போம்.

பல மணிநேரம் முன்பு. கழுகும் பறவையும் யுத்தம் புரிந்துக்கொண்டிருந்த தருணம். பறவை இருந்த அதே மரத்தில் தான் இந்த புழு இருந்தது.

புதியதாய் ஒரு தொடக்கத்திற்காகவும், மற்றும் தன் புதிய மறுப்பிறப்பிற்காகவும், தன் வாழ்க்கையின் அடுத்தக்கட்ட நிலைக்காகவும் சேர்த்து ஒரு வாழ்க்கைப் பயணத்தை பயணிக்க தயாராகிக் கொண்டிருந்தது இந்த புழு.

இலைகளை நன்றாக உண்டு உடல் பெருத்து, அந்த மரத்தின் ஓர் ஓரத்தில், ஓர் இலையின் காம்பில் ஒரு சின்ன கூடுக்குள், ஓர் அழகிய பட்டாம்பூச்சியாக வெளிவர வேண்டும் என்ற கனவோடு வாழ்ந்து கொண்டிருந்தது இந்த புழு. கழுகும் – பறவையும் அவைகளின் சண்டையில் புழுவின் கூட்டின் மேல் மோதி, அது உடைந்தது.

உடைந்தது புழுவின் கூடு மட்டுமல்ல. அதனின் புதிய வாழ்க்கை, புதிய மறுப்பிறப்பின் கனவு, புதிய தொடக்கம், புதிய உலகம் போன்றவை உடைந்து சுக்குநூறானது.

சில மணி நேரத்திற்கு பின் புழு, தனது ஆசையும் எதிர்பார்ப்பும் உடைந்து அது கீழே விழ. அந்த நேரத்தில் தான் கீழே உணவு தேடிக்கொண்டிருந்த பூனையின் மேல் விழுந்தது புழு.

கழுகும் பறவையும் புழுவின் வாழ்க்கையை சிதைக்க, பின் அடுத்ததாக மீண்டும் தனது வாழ்க்கை பயணத்தை தொடர ஒரு நல்ல இடம் தேடி ஊர்ந்து சென்றுக்கொண்டிருந்த சமயத்தில் தான் இந்த புழு பறவை, பூனை கண்ணில் பட்டது.

இப்பொழுது புழுவை பிடிக்க பறவையும், பூனையும் தயாரானது. கிளையில் இருந்த பறவை தன் இறக்கையை விரித்து, கிளையிலிருந்து குதித்து பறந்தது. அதே சமயம் பூனை தன் உடலில் இருந்த மொத்த ஆற்றலை ஒரு சேர வைத்து ஓடியது.

பூனை தன் மொத்த பலத்தையும் உபயோகித்து புழுவை பிடிக்க தாவி ஓடுகிறது. பறவையும் தன் இறக்கையை மிக அதிகமாகவும் அழுத்தமாகவும் அழுத்தி பறந்தது.

பூனை புழுவை நோக்கி பாய்ந்து பாய்ந்து ஓடி வருகிறது. பறவையும் தன் வேகத்தை மேலும் ஏற்றி புழுவை நோக்கி பறந்து வருகிறது.

இங்கு நடந்து கொண்டிருப்பதை பற்றி எதுவும் அறியாத புழு மெதுவாக ஊர்ந்து சென்று கொண்டிருக்கிறது.

நடுவில் புழு சென்று கொண்டிருக்க. இடது புறத்தில் பறவை பறந்து வர, வலது புறத்தில் பூனை ஓடி வர என இரண்டும் சரிசமமாக புழுவை நெருங்கி வருவது, என மூன்றும் முக்கோண வடிவில் காட்சியளித்தது.

பறவை புழுவை நெருங்க.

பூனையும் புழுவை நெருங்க.

இரண்டும் மிக சரிசமமாக நெருங்க.

கடைசி நொடியில் தன் இறக்கையை மிக பலமாக ஓர் அழுத்து அழுத்தி, ஒரு வினாடி வித்தியாசத்தில் பறவை புழுவை தன் வாயால் கவ்விக்கொள்ள,

அதே கடைசி நொடியில், அதே ஒரு வினாடி வித்தியாசத்தில் தான் நினைத்தவாறு தன் குறியை சரியாக பறவை மேல் மாற்றி,

புழுவை தன் வாயால் கவ்விய பறவையின் கழுத்தை ஒரே பாய்ச்சலில் தன் கூரிய பற்களாலும், நகங்களாலும் கவ்வி விழாமல் இறுக்கமாக கடித்து பிடித்துக் கொண்டது.

நன்றாக கடித்து அதன் நினைவு போகும் வரை தன் பற்களை அதன் கழுத்திலிருந்து எடுக்கவில்லை.

பறவை தன் இறக்கைகளையும், கால்களையும் பலமாக ஆட்டியது.

பறவையின் நினைவு குறைந்தது, பறவையின் உயிர் கொஞ்சம் கொஞ்சமாக பிரிந்து கொண்டிருந்தது. பறவையின் சுயநினைவும், அதனின் பலமும் கொஞ்சம் கொஞ்சமாக குறைவதை உறுதி செய்து அதன் கழுத்திலிருந்து தன் பற்களை எடுத்தது.

"என்னை மன்னித்துக்கொள் பறவையே, எனக்கு வேறு வழி தெரியவில்லை. எனது குறியை புழுவின் மேல் வைக்கவில்லை, புழுவை நோக்கி வரும் உன் மேல் தான் வைத்தேன் என் குறியை".

"எத்தனை தடவை தான் உன்னை மன்னிப்பது".

"எந்நிலை அறிந்தும் நீ என்னிடம் இந்த புழுவை கேட்ட பின் தான் உன்னை இறையாக்க

பார்க்கலாம் என தோன்றியது. இதற்கு முன்னாலும் இப்படி தோன்றியிருந்தாலும், அது இந்த அளவுக்கு தோன்றவில்லை".

பூனையின் பதிலை கேட்ட பின் தாய்ப்பறவை தன் குஞ்சுகள் இருக்கின்ற கூட்டை கண்ணிமைக்காமல் பார்த்து, "ஐயோ, அவசரப்பட்டு தவறிழைத்துவிட்டேனே. வஞ்சகம், சூழ்ச்சி நிறைந்த உயிர்களிடமிருந்து இனி என் குழந்தைகளை யார் காப்பாற்றுவது. நான் இல்லாமல் எப்படி அவர்களால் பாதுகாப்பாக இருக்க முடியும்".

"என் இறுதி வரைக்கும் உங்களை பாதுகாப்பேன் என நினைத்திருந்தேனே அவ்வளவு தானா இந்த வாழ்க்கை. இனி என் குழந்தைகளின் நிலைமை என்ன ஆகப்போகின்றதோ. இறைவா, நீ தான் என் குழந்தைகளுக்கு துணையாய் இருக்க வேண்டும்" என்று பேச முடியாமல் மிகவும் கஷ்டப்பட்டு மெல்லிசாக சொல்லிக் கொண்டே பறவையின் உயிர் அதன் உடல் விட்டு பிரிந்தது. உயிர் பிரியும் போதும் அதன் பார்வை மூடாமல் தன் குழந்தைகளை பார்த்துக் கொண்டே மடிந்தது.

தாய்ப்பறவை மடிந்த பின், அது இறந்ததை உறுதி செய்து. அது செய்த தவறுக்காக வருந்தியது பூனை. இந்த பறவையை நினைத்து தன் மனதில் சிறிய குற்றவுணர்வும், பரிதாபமும் ஏற்பட்டது. அந்த மனதோடு தன்னிலை அறிந்து இறந்த பறவையின் உடலை உண்டது.

பறவையின் உடலை நான்கில் மூன்று பங்கை பூனை தின்றது. இறுதியாக இப்போது பூனையின்

உடலில் ஓரளவு ஊட்டசத்தும், ஆற்றலும் கிடைத்தன.

கடைசியாக இருந்த ஒரு பங்கையும், பறவை கவ்விய புழுவையும் இரண்டையும் எடுத்துக் கொண்டு மேலே கிளையிலிருக்கும் பறவையின் கூட்டிற்கு சென்றது. இறந்த பறவை, தன் குழந்தைகளுக்காக வேட்டையாடிய இந்த புழுவை அதன் குழந்தைகளுக்கே பிரித்து கொடுத்தது. அந்த அழகிய குஞ்சுகளும் அழகாய் தின்பதைப் பார்த்து ரசித்தது பூனை.

அதேப்போல் அந்த ஒரு பங்கு கறியில், சிறு துளியை எடுத்து குஞ்சுகளுக்கு கொடுத்தது. இப்போது அந்த குட்டிகளைப் பார்த்து பரிதாபப்பட்டது. மீதி கறியை குஞ்சுகளுக்காக அடுத்த வேளை உணவாக எடுத்து வைத்தது.

பாவம் இந்த குஞ்சுகள் கடைசியாக தாங்கள் தின்றதும், அடுத்ததாக தின்னப் போகிறதும் தன் தாய் தான் என்று அறியாமல் இருக்கிறது. கொடுமையின் உச்சம். இதை பார்த்ததும் நமக்கு "நான் இறந்தாவது உங்களை காப்பாற்றுவேன்" என தாய்ப்பறவை கண்ணீர்மல்க கூறிய அந்த கணம் வந்து போகிறது.

தான் செய்த தவறுக்கு பிராயச்சித்தம் தேட, இந்த குஞ்சுகளின் தாய் உயிரோடிருந்தால் எப்படி இவர்களை வளர்த்திருக்குமோ அதுபோல இந்த குஞ்சுகளை தனது குழந்தைகளை போல மிக பாதுகாப்பாய் வளர்க்கலாம் என முடிவு செய்தது.

பூனை என்ன பேசுகிறது என்பதை அறியாத குஞ்சுகளிடம் பூனை அதன் வருத்தத்தை தெரிவித்தது.

சொல்லப்படாத உண(ர்)வு கதை

"நான் உங்களுக்கு செய்தது மிகப்பெரிய மன்னிக்க முடியாத கொடுமை. சூழ்நிலையால் நான் இதை செய்யப்பட்டேன். என் துணை என்னிடம் கடைசியாக ஒன்றை கூறினார், 'என் துணையே என்னை மன்னித்துவிடு, என்னால் இன்று உணவைக் கொண்டு வர இயலவில்லை, நான் தோல்வியுற்றேன். இல்லை, என்னை தோல்வியுற செய்துவிட்டார்கள். நம்மை போன்ற உயிரினங்களை வஞ்சித்தது இந்த உலகம். சுதந்திரமாக சுற்றி திரிந்த நம்மை இப்படி மாற்றிவிட்டார்கள். யார் அவர்கள் ?, ஏன் அப்படி செய்தார்கள் ?"

'அனைவருக்கும் உணவு சமமாய் கிடைப்பது என்பது இயற்கையே, ஆதியில் இருந்து சில காலம் முன்பு வரைக்கும் அப்படி தான் இருந்தது. ஆனால் இன்று அந்த இயற்கை கூட இப்படி மாறிவிட்டது. மாறிவிட்டதா அல்லது மாற்றிவிட்டார்களா ?'

'இறைவன் என்ற ஒருவன் இருக்கிறானா ?'

"இது தான் என் துணை என்னிடம் கடைசியாக பேசிய வார்த்தை. என் துணை கூறியது முற்றிலும் உண்மையே".

"நீங்கள் வளர்ந்ததும் உங்களின் தாயைப் பற்றி கேட்டால் என்ன சொல்வது. கவலை வேண்டாம் உங்களை நான் நன்றாக பாதுகாப்பாக வளர்கிறேன் என் கண்மணிகளே".

அந்த நேரத்தில் மற்றொரு கழுகு இந்த குட்டிகளை வேட்டையாட வர, பூனை இந்த குஞ்சுகளை காக்க அதனிடம் சண்டையிட்டு கழுகை கொன்று தனக்கு உணவாக்கிக் கொண்டது. அதன்பின் இதையும் உண்டு, இந்த குஞ்சுகளை கூட்டோடு

ஒரு பாதுகாப்பான இடத்தில் வைத்துவிட்டு, தான் ஈன்ற குட்டிகளுக்கு பால் கொடுக்க சென்றது.

பால் கொடுத்து விட்டு, அந்த குட்டிகளையும் இங்கு அழைத்ததுக் கொண்டு வந்தது. இப்போது இந்த பூனை தான் ஈன்ற குட்டிகளையும், தனது சொந்த குழந்தைகளாய் ஆக்கிக்கொண்ட பறவை குஞ்சுகளையும் ஒன்றாய் சேர்ந்து ஒரு கூட்டுக் குடும்பமாய் வளர்த்தது.

ஒருவழியாக புதிய காட்டில் இந்த பூனைக்கு அடுத்தடுத்து உணவுகள் கிடைத்தன. தன் அனைத்து குழந்தைகளுக்கும் சேர்த்து இரை கொண்டு வந்தது. பல ஆபத்துக்களில் இருந்து தனது அனைத்து குழந்தைகளையும் காப்பாற்றி பாதுகாப்பு அரணாய் இருந்தது.

மாதங்கள் ஓடின. குட்டிகளாய் இருந்த அனைத்தும் இப்பொழுது வளர்ந்து சுதந்திரமாய் சுற்றித்திரிந்தன. தனது அனைத்து குழந்தைகளும், அதாவது தான் ஈன்ற குட்டிகளும், தான் சொந்த குழந்தைகளாய் ஆக்கிக்கொண்ட பறவைக் குஞ்சுகளும் ஒன்றாய் சேர்ந்து, உறவாய் ஒன்று கூடி மகிழ்ச்சியுடன் வாழ்ந்து வந்தன.

இவற்றின் ஒற்றுமையான வாழ்க்கையை எண்ணி மகிழ்ச்சியோடும், பெருமையோடும் பார்த்து ரசித்துக் கொண்டிருந்த காட்டுப்பூனை, முன்னொரு நாள் தான் செய்த தவறின் குற்றவுணர்வு சில நேரங்களில் வந்து வந்து செல்லும். அந்த நேரத்தில் அதை நினைத்து நினைத்து வருந்தி, பின் குழந்தைகளை பார்த்து அந்த நினைவை மாற்றிக் கொள்ளும்.

ஆனால் இன்றோ அந்த துயர சம்பவம் தன் கண்முன்னே வந்து சென்றது. எனவே பூனை ஒரு முடிவெடுத்தது.

"குழந்தைகளும் வளர்ந்து சுதந்திரமாய் ஆனார்கள், இனி அவர்களை பற்றிய கவலைகள் ஏதுமில்லை. நமது கடமை முடிந்தது. நம் வாழ்க்கையை முடித்துக் கொள்ள வேண்டிய நேரம் வந்து விட்டது". என்று முடிவெடுத்தது,

இறுதியாக தான் பிறந்து வாழ்ந்த, முற்றிலும் அழிந்து போன அந்த வறண்ட காட்டிற்கு செல்லலாம் என முடிவெடுத்து சென்றது. அங்கு போகும் வரை ஏதும் உண்ணாமல் அந்த காட்டில் தன் துணை இறந்த இடத்தில் இந்த காட்டுப்பூனை தன் உயிரை விட்டது.

தனது உடலில் இருந்து உயிர் பிரிந்து தன் துணையையும், தனக்கு வாழ்வளித்த அந்த தாய்ப்பறவையையும் தேடி சொர்கத்திற்கு பயணித்தது.

இதை அறியாத வளர்ந்த பூனைகளும், பறவைகளும் தங்கள் வாழ்க்கையை சந்தோசமாக சுதந்திரமாக வாழ்ந்தது.

பாவம் அந்த காட்டில் வாழ்ந்து உணவின்றி இறந்த விலங்குகளும், இரு காட்டுப்பூனைகளும், தாய்ப்பறவையும், புழுவும். அவைகள் எதனால், யாரால் உயிர் பிரிந்தன என்பதை தன் இறுதி நேரம் வரையிலும் கூட தெரிந்துக் கொள்ளாமல் உயிர் பிரிந்தன.

அத்தியாயம் – 3

சிவனும் சிறுவனும்

ஒருவழியாக அந்தக் கதை முடிந்தது.

கணக்காளரும், மேலதிகாரியும் கதையைப் படித்து முடித்து, புத்தகத்தை மூடப்போக அப்பொழுது அந்த சிறுவனை பார்த்தார்கள். அவனோ எதையோ பார்த்து பிரம்மை பிடித்தை போல, உறைந்து போனவன் போல் ஆனான். கதை முடிந்த பின்னும் சில நிமிடங்கள் வரையிலும் அக்கதையிலிருந்து அவனால் வெளிவர முடியவில்லை. அந்தக் கதையின் தாக்கமும், அதில் வந்த கதாப்பாத்திரத்தின் நிலைமையும் அவனுக்குள் மிக பலமாகவும் ஆழமாகவும் ஊறிப்போனது. அவனை அறியாமலே அவனது மனதில் இனம்புரியாத பாரம், பயம் போன்றவை குடிக்கொண்டது. அவனை அறியாமலே அவன் கண்களில் இருந்து சிறுதுளி கண்ணீர் வழிந்தது.

கணக்காளர், "சிறுவனே. சிறுவனே. கதை முடிந்தது" என்றார்.

இருவரும் புத்தகத்தை மூடியும் அவன் அந்தக் கதையிலிருந்து வெளிவராமல், கண் இமைக்காமல், துளியும் அசையாமல் அப்படியே இருந்தான். சில நிமிடங்களுக்கு பின் கணக்காளர் அவன் முதுகில் தட்டினார். உடனே அவன் திடுக்கிட்டு பழைய நிலைக்கு வந்தான்.

"என்னப்பா, என்ன ஆனது உமக்கு. ஏன் ஒரு மாதிரி ஆகிவிட்டாய்" என்றார் மேலதிகாரி.

"என்னமோ தெரியல ஒரு மாதிரி ஆய்ருச்சு. இந்தக் கதை ஆரம்பிச்சு அடுத்தடுத்து போகப்போக இந்தக் கதைல வர்றதெல்லாம் அப்படியே என் கண் முன்னாடி நடக்குற மாதிரி இருந்துச்சு. நான் என்னையே மறந்து அந்தக் கதைக்குள்ள, அந்த உலகத்துக்குள்ள போய்டேன். யப்பா சத்தியமா இப்படிலாம் நெனச்சுக்கூட பார்க்க முடியல. இப்பிடியும் கதைலாம் இருக்கான்னு"

"இது வெறும் கதையா, இல்லனா உண்மையிலே நடந்த நெசமா?"

"இந்த கேள்விக்கான பதில் நானே அறியேன் பாலகனே. இந்தக் கதையை தொடங்கும் முன் சொன்னதைப் போல் தான், இது கதையாகவும் இருக்கலாம் அல்லது உண்மையாகவும் இருக்கலாம், இல்லை உண்மையின் மறுப்பக்கமாகவும் இருக்கலாம். இதற்கான சரியான விடையை நானே அறியேன். ஆகையால் நீ இதை கதையாக பார்த்தால் இது கதையே, உண்மையாக பார்த்தால் இது உண்மையே".

"அப்படின்னா இப்போ நெசத்துல காட்டுல வாழ்ற மிருகங்களுக்கு இந்தக் கதைல வர்ற மாதிரி சாப்பாடு கெடைக்காம சாவுறதும், சாப்பாட்டுக்காக எங்கெங்கேயோ போறது, கூட இருக்குறவங்கலேயே அடிச்சு திங்கிறது இப்படிலாம் கூட நடக்குமா?"

"காட்டில் வாழ்கின்ற ஜீவன்களுக்கு கதையில் வந்ததை போன்ற நிலைமை முன்னமே நடந்து இருக்கலாம், இல்லை இப்பொழுது நடந்துக் கொண்டு இருக்கலாம், இல்லையேல் இனி வரும் காலங்களில் இப்படி நடக்கலாம். யார் அறிவார்"

"ஆனாலும் இந்த உலகத்தின் ஏதோவொரு மூலையில் எங்கோ ஓர் இடத்தில் இக்கதை உண்மையாகிறது. இந்த நொடி கூட இந்தக் கதை உண்மையாகி கொண்டிருந்தாலும் ஆச்சரியம் ஒன்றும் இல்லை. ஏனென்றால் எந்தவொரு கதைகளிலும் சில உண்மை இருக்கும், எந்தவொரு உண்மைகளிலும் சில கதை இருக்கும்"

ஒரு சில வினாடிகளுக்கு அவன் அமைதியானான்.

ஒரு பெரும் புரியாத புதிரான இந்த வாழ்க்கையைப் பற்றி முற்றிலும் அறியாத வயது இந்த சிறுவனுக்கு. ஆனாலும் இவனது மனம் எதையோ நினைத்து பதைபதைக்கிறது, கரைகின்றது. அக்கதையானது ஒரு ஈர்ப்புவிசையை ஏற்படுத்தி, அவனை இக்கதைக்குள் ஈர்த்து, ஒருவித மனசலனத்தை அவனுக்குள் செலுத்தியது. என்னதான் இருந்தாலும் இவன் குறும்புத்தனமும், விளையாட்டுத்தனமும் நிறைந்த ஒரு பாலகனே. இருந்தாலும் இவன் இந்தக் கதையைப் படித்து முடித்த பின்னும் ஏதோ ஒன்று இவன் மனதிற்குள் பிறந்தது. அக்கதையைப் படித்து முடித்த பின்னும் அவனால் அதிலிருந்து வெளிவர முடியயவில்லை.

கணக்காளர், "என்ன பாலகனே, ஆழ்ந்த சிந்தனையில் இருக்கிறாய்"

"ஏன் இந்தக் கதை எழுதுனீங்க. எதுக்காக இப்படிலாம் எழுதிருக்கிங்க"

"இவ்வுலகில் சொல்வதற்கும் கேட்பதற்கும் பலவகை கதைகள் இருக்கின்றன, பலவகை கதைகள் உருவாகின்றன. எனினும் தெரியப்படாத பல கதைகள், பல உயிர்களின் கதைகள், பல

உயிர்களின் வாழ்க்கைகள் என சொல்லப்படாத கதைகளை தெரியப்படுத்தவும். பின்பு இந்த உலகில் வாழும் அனைத்து மக்களுக்கு, அவர்களை போலவும் அவர்களை விடவும் பல அழகான உயிர்கள் இருக்கின்றன என நினைவுப்படுத்த போன்ற பல காரணங்களுக்காக இந்தக் கதை எழுதப்பட்டது"

"யார் இத எழுதுனது"

"இதை நானும் என் நண்பர்களும் சேர்ந்து விவாதித்து ஒரு குழுவாக இருந்து எழுதினோம்"

"ஏன் இப்படி எழுதிருக்கீங்க. இத மாத்தி எழுதுங்கலே. பாவம் அந்த காட்டுப்பூனைங்க, தாய்ப்பறவை, புழு, அந்த காட்டுல வாழ்ற விலங்குலாம். இப்படிலாம் பாவமா வைக்காதிங்க, மாத்தி எழுதலாம்ல"

"பாலகனே, இனி இந்தக் கதையை மாற்றி எழுத முடியாது. முற்றிலும் கற்பனை நிறைந்த கதைகளாக இருந்தால் மாற்றியமைக்க முடியும், ஆனால் உண்மையின் பின்பமாக இருக்கும் கதைகளை திருத்தி எழுதி மாற்றியமைக்க முடியாது"

"ஏன்"

"ஏனென்றால் இந்தக் கதை முழுவதையும் நாங்கள் எழுதியவை அல்ல. அது தானாகவே உருவானவை"

"என்னது அதுவா உருவாச்சா. இப்போ தான் நீங்களும் உங்க கூட்டாளிகளும் சேர்ந்து எழுதுனீங்கன்னு சொன்னீங்க இப்போ என்ன இப்படி சொல்றீங்க. புரியலையே"

"நானும் என் நண்பர்களும் ஒரு குழுவாக சேர்ந்து தான் எழுதினோம். உண்மையில் நாங்கள் கதையை எழுத மாட்டோம், ஒரு கதையில் வரும் கதாப்பாத்திரங்களை மட்டும் தான் உருவாக்கி எழுதுவோம். அதோடு கூட சில நிகழ்வுகளையும் உருவாக்கி எழுதுவோம். இவற்றை மட்டும் தான் நாங்கள் செய்வது. அதன்பின் நாங்கள் உருவாக்கி எழுதிய கதாப்பாத்திரத்தின் பயணங்களை பின்தொடர்வோம். மேலும் நாங்கள் எழுதிய நிகழ்வுகளை அக்கதாப்பாத்திரங்கள் அதுவாகவே கையாண்டு, கடந்து பெரும் பயணத்தை மேற்கொள்ளும். அந்த கதாப்பாத்திரங்கள் அதன் குணாதிசயங்களை அதுவாகவே உருவாக்கிக் கொள்ளும். அதுவாகவே அவற்றின் பயணங்களையும், அதன் இலக்குகளையும் தேர்ந்தெடுத்துக்கொள்ளும். அப்படி அந்த பயனங்களை எல்லாம் ஒருசேர சேகரித்து சேர்த்து வைப்போம். பிறகு அதுவே ஒரு கதையாக உருவாகியிருக்கும். இதுவே எங்களிடம் இருக்கின்ற கதைகள் உருவாகும் முறை"

மேலதிகாரி கூறியதை கேட்டு புரிந்தும் புரியாமல் இருப்பது போல இருந்தான்.

"எல்லாம் சரி, அது எப்படி கதைல வர்றவங்களால கதை அதுவா உருவாகிக்கும் ?"

மேலதிகாரி, "சரி உனக்கு புரியும்படி கூறுகிறேன்"

"நீயும் உன் நாயும் சேர்ந்து விளையாடுவீர்கள் அல்லவா"

சிறுவன் அவர்களை ஒரு மாதிரி பார்த்து, "அவனுக்கு பேர் இருக்கு. குட்டிராசு"

இருவரும் அவன் சொல்லிய விதத்தை பார்த்து ரசித்து, "சரியப்பா, நீயும் உன் குட்டிராசுவும் ஒன்றாக சேர்ந்து தானே விளையாடுவீர்கள்?"

"நானும், என் தங்கச்சியும், குட்டிராசுவும் சேர்ந்துதான் விளையாடுவோம். சில நேரத்தில் மட்டும் தான் நானும் குட்டிராசுவும் விளையாடுவோம்"

"குட்டிராசுக்கு கழுத்தில் கயிறு அல்லது சங்கிலி ஏதும் கட்டப்பட்டுள்ளதா"

"ஆமா. கவுறு கட்டிருக்கேன்"

"அதை பிடித்துக்கொண்டு தானே நீ குட்டிராசுவை அழைத்து செல்வாய்"

"ஆமா"

"நீயும் குட்டிராசுவும் எங்கேனும் போகும்போது யார் முன்னே செல்ல, யார் மற்றொருவர் அவரை பின்தொடர்வார்"

"ரெண்டு பேரும் ஒரே மாதிரி தான் போவோம்"

"உண்மையாகவா. நன்றாக யோசித்து கூறு சிறுவனே" என்றார் கணக்காளர்.

நன்றாக யோசித்து, "ரெண்டு பேரும் சேர்ந்து தான் போவோம். சில நேரத்துல, நான் முன்னாடி போவேன், அவன் என் பின்னாடி வருவான். சில நேரத்துல அவன் முன்னாடி போவான் நான் அவன் பின்னாடி போவேன்"

"இப்பொழுது யார் யாரை கூட்டிக்கொண்டு போவீர்கள்"

"ஒரு சில நேரத்துல நான் அவனை கூட்டிட்டு போவேன், ஒரு சில நேரத்துல அவன் என்னை கூட்டிட்டு போவான்"

"எனக்கு இதை மட்டும் சற்று விளக்கமாக புரியும்படி கூறுகிறாயா?"

"ஒரு சில நேரத்துல நான் போற இடத்துக்கு அவன் வருவான், அதாவது நான் அவனை கூட்டிட்டு போவேன். அப்படியே போய்ட்டு இருக்குறப்போ சில நேரத்துல அவன் ரூட்ட மாத்தி அவன் போற இடத்துக்கு என்ன இழுத்துட்டு போவான். நானும் அவன் பின்னாடி போவேன். நான் வேற பக்கம் அவன் வேற பக்கம்ன்னு தனித்தனியாவும் போயிருக்கோம்"

"சிறுவனே உன்னையும் குட்டிராசுவையும் வைத்து விளக்கம் தருகிறேன். இனி குட்டிராசுவால் உனக்கு ஒரு புதிய புரிதல் ஏற்படும். நன்றாக கவனி, நான் தெளிவாக கூறுகிறேன் உனக்கு புரியும். இப்பொழுது நீ தான் ஒரு எழுத்தாளர் என்று நினைத்துக்கொள், உனது குட்டிராசு தான் நீ எழுதும் கதை அல்லது கதாப்பாத்திரம் என்று நினைத்துக்கொள்"

"சரி நெனச்சுக்கிட்டேன்"

"ஒரு எழுத்தாளர் எழுத எழுத ஒரு கதையோ, கதாப்பாத்திரமோ பின்வரும். இப்பொழுது நீ கூறியதை வைத்து பார்த்தோமானால், நீ என்ற எழுத்தாளர் எழுத எழுத அதாவது நீ முன் செல்ல, குட்டிராசு என்ற கதை அல்லது கதாப்பாத்திரம் பின்வரும்,

"அதுவே சில சமயங்களில் கதையோ, கதாப்பாத்திரமோ தனக்கு வேண்டியவையை அந்த எழுத்தாளரை எழுத வைக்கும். இதிலும் நீ கூறியதை வைத்து பார்த்தோமானால், அவன் போகும் இடத்திற்கு உன்னை அழைத்து செல்வான், நீயும் அவன் பின்னால் போவாய். அது போல் சில நேரங்களில் குட்டிராசு என்ற கதை அல்லது கதாப்பாத்திரம், அதுவாகவே தனக்கு வேண்டியதை தேடி முன்னே செல்ல, எழுத்தாளர் என்ற உன்னை அதன் பின்னால் வர வைக்கும்,

"சில நேரங்களில் நீ வேறு பக்கமும், குட்டிராசு வேறு பக்கமும் செல்வீர்கள், இறுதியில் ஓரிடத்தில் வந்து சேர்வீர். அதுபோல சில நேரங்களில் எழுத்தாளர் எழுதும் கதை உருவாக்கமும், கதை அதற்கு தேவையானதை நோக்கி எழுத்தாளரை எழுத வைக்கும் கதை உருவாக்கமும் என இந்த இரண்டும் தனித்தனியாக கதை உருவாக்கத்திற்கான வேலைகளை மேற்கொண்டாலும் இறுதியில் ஒன்று சேர்ந்து ஒரு நல்ல கதையாக சங்கமிக்கும்"

அவர் கூறிய விளக்கவுரையை கேட்டு அசந்து போனான்.

"இப்பொழுது உனக்கு புரிந்ததா பாலகா ?" என கேட்டார் கணக்காளர்.

"ம். நல்லா புருஞ்சுச்சு".

சிறுவன் படித்த கதையும், இவனது கேள்விகளுக்கு அவர்களிடமிருந்து வந்த விளக்கங்கள் அனைத்தும் அவனின் ஆழ்மனதில் ஆழமாக பதிந்தது.

ஆண் காட்டுப்பூனை அதன் இறுதி நேரத்தில் அதனின் வலிகளையும் வேதனைகளையும் பெண் காட்டுப்பூனையிடம் வெளிப்படுத்திய அந்த தருணமும், பெண் காட்டுப்பூனை தாய்ப் பறவையிடம் அது கடந்து வந்த அதனின் வலிகளையும் வேதனைகளையும் கூறி கலங்கிய தருணமும் என அந்த இரு தருணங்களும் அச்சிறுவன் மனதில் ஓடியது. 'அனைவருக்கும் உணவு சமமாய் கிடைப்பது என்பது இயற்கையே, ஆதியில் இருந்து சில காலம் முன்பு வரைக்கும் அப்படி தான் இருந்தது. ஆனால் இன்று அந்த இயற்கை கூட இப்படி மாறிவிட்டது. மாறிவிட்டதா அல்லது மாற்றிவிட்டார்களா?'

'நாங்கள் யாருக்கும் எத்தீங்கும் இளைக்க வில்லையே. இந்த காட்டின் சொந்த குடிகளான எங்களுக்கு ஏன் இப்படி ஒரு நிலைமை?. உணவின்றி பெரும் பஞ்சத்தால் எங்களை நாங்களே உண்ணும் பெரும் அவலநிலை வந்துவிட்டதே. ஏன் நடக்கிறது?, எப்படி இது நடந்தது?, இதற்கு என்ன காரணம்?, இயற்கையின் மாற்றத்தினாலா?, இயற்கை மாற்றத்திற்கு என்ன காரணம்?, யார் காரணம்?. இதற்கு நிச்சயம் நாமும் இங்கு வாழ்ந்த, வாழ்கின்ற ஜீவன்களும் காரணம் இல்லை. அப்படியே நாமும் காரணமாய் இருந்தாலும் அதில் மிக குறைந்த அளவிலே நாம் இருப்போம்' என அந்த காட்சிகள் சிறுவன் மனதிற்கு வந்து சென்றது.

சிறுவன், "இந்தக் கதைல வர்ற ஆண் காட்டுப்பூனை, தாய் காட்டுப்பூனை, தாய்ப்பறவை இதெல்லாம் சொன்னது ஒருவகைல உண்மையோனு எனக்கு படுது, இல்ல உண்மதான்னு படுது. ஆண் பூனை, அது

சொல்லப்படாத உண(ர்)வு கதை

சாவும்போது தாய்ப்பூனைட்ட சொன்ன விஷயம், அதே மாதிரி தாய்ப்பூனை, பறவைட்ட தன்னோட நெலமைய பத்தியும், அது எவ்வளோ அளவுக்கு பசிக்கொடுமைல இருந்ததையும், பசிக்கொடுமைல இருக்குறவங்களோட நெலமையும் சொல்லுச்சே அதெல்லாம் கிட்டத்தட்ட எங்களுக்கும் பொருந்துது"

"இது தான் உலகம், இங்க இப்படி தான் இருக்கும்ன்னு நெனச்சுட்டு இருந்தேன், ஆனா இப்போதான் கொஞ்சம் கொஞ்சமா புரிய ஆரம்பிக்குது. இதுவா உலகம் ?, இப்படி தானா இருக்கும்ன்னு ?"

"எனக்கு ஒரு சந்தேகம். ஆண் காட்டுப்பூனை சாகுறப்போ 'இந்த நிலமைக்கு யாரு காரணம், என்ன காரணம்ன்னு கேட்டுச்சுல, அதுக்கு உண்மையில என்ன காரணம், யாரு காரணம் ?"

"காட்டுப்பூனைகளின் நிலைமைக்கு மட்டுமின்றி உனது நிலைமைக்கும் பொதுவான பல காரணங்கள் உண்டு. அது என்ன?, யார்? என்பதை பற்றி இப்பொழுது என்னால் விவரித்து கூற இயலாது, அப்படியே கூறினாலும் அதை புரிந்து கொள்ளும் அளவிற்கு இப்போது உனக்கு புரிதல் இல்லை. ஒரு நாள் அந்த காரணங்களை நீயே தெளிவாய் அறிந்துக் கொள்வாய்"

அச்சிறுவன் மீண்டும் ஒரு யோசனையில் ஆழ்ந்தான்.

கணக்காளர், "என்னப்பா மீண்டும் என்ன சிந்தனை"

"ஆமால, நீங்க சொல்றத வச்சு பாத்தா ஒருவகைல இந்தக் கத எனக்கும் பொருந்தும்ல. நாங்களும் இப்போ சாப்பாடு இல்லாம கஷ்டத்துல தான் இருக்கோம். நல்லா நெறைய இடத்துக்கு போய் தேடுனாதான் எதாவது கெடைக்கும். அந்தக் கதைலயும் நெறைய விலங்குக்கு அப்பிடி தான் இருந்துச்சு. இப்போ நாங்களும் இப்பிடி தான் இருக்கோம், ஒருவேள அந்த வறண்ட காட்டுல இருக்குற விலங்குக மாதிரியும், காட்டுப்பூனைங்க மாதிரியும் இனி எங்களுக்கும் அப்படியொரு நெலமை வந்துருமான்னு பயமா இருக்கு"

"வரலாம், வராமலும் போகலாம்"

இதை கேட்டதும் அவன் அதிர்ச்சி அடைந்தான்.

"என்ன இப்பிடி சொல்றீங்க. அய்யோ இல்ல வேணாம், இதுவே மோசமா இருக்கு. எனக்கு இந்த நெலமயே வேணாம். இது மாறனும், இத மாத்தணும். உண்மையோ, கதையோ ஏற்கனவே நடந்தத மாத்த முடியாதுன்னு சொன்னிங்க, ஆனா இப்போ இருக்குற நெலமை அடுத்து மோசமா மாறுறதுக்கு முன்னாடியே அத தடுக்க முடியும்ல, அத மாத்த முடியும்ல".

"பாலகனே, சில யதார்த்த நிகழ்வுகளை மாற்ற இயலாது, சில நிகழ்வுகளை மாற்ற இயலும். அதை உடனே மாற்ற இயலுமா என்பது சந்தேகமே. ஆனால் ஒரு நல்ல மாற்றத்திற்கான விதைகளை விதைத்தால், பின்வரும் நாட்களில் அது விருட்சமாகி பல முக்கியமான மாற்றத்திற்கு அது காரணமாகும்"

"அத எப்படி மாத்தணும், என்ன பண்ணனும்ன்னு சொல்லுங்க. இந்த பசி, பஞ்சம், பட்டினி,

சொல்லப்படாத உண(ர்)வு கதை

கொடுமெலாம் கதையாவே போயிரட்டும்,
நெசத்துல இந்த நெலம வேணவே வேணாம்"

"சிறுவனே உனது குடும்பத்தார், உற்றார்
உறவினர்கள், உன் அடுத்த தலைமுறையினர் என
இவர்களின் நிலைமையை மாற்றப் போகும்
மாற்றம் நீயே"

இதை கேட்டதும் ஆச்சரியமாகிறான், "நானா"

"ஆம், நீயே. உன்னிடம் இருக்கும் ஒன்றை
எங்களுக்கு விட்டுக்கொடுத்தால், நீ எதிர்ப்பார்த்த
அந்த மாற்றம் நிகழும்"

"என்ட அப்பிடி என்ன இருக்கு. ஒன்னுமில்லயே"

"இருக்கின்றது. உனது உயிர்"

இதைக் கேட்டதும் அவன் அதிர்ந்தான், அவர்
கூறியதை கேட்டு ஒருவிதமான பயம் வந்தது
அவனுக்கு. பின் அவன் எழுந்து நின்றான்.
பயத்தோடும், படபடப்புடன் அவர்களிடம்
பேசுகிறான். "என்ன பயம்புருத்திரிங்களா ?"

"நான் உமக்கு அச்சமூட்டவில்லை. நான் கூறியது
முற்றிலும் உண்மையே."

அவன் நின்ற இடத்திலிருந்து சில அடி பின்னால்
எடுத்து வைத்து, "மொதோ நீங்கெல்லாம் யாரு.
நீங்க ரெண்டு பேரும் புள்ள புடிக்குறவங்க தான"

கணக்காளர், "அப்படியே ஆகட்டும். எங்களைப்
பற்றி தெரிந்துகொண்ட பின் நீ உனது முடிவை
சொல். எனது பெயர் சித்திரகுப்தன்.
எமலோகத்தில், உலகில் வாழும் அனைத்து
மனிதர்களின் பிறப்பிலிருந்து இறப்பு வரைக்கும்

அவர்கள் செய்யும் சரி, தவறுகளை கண்காணித்து இந்த புத்தகத்தில் எழுதுவதே எனக்கான வேலை”

“இவரோ, எமலோகத்தின் அரசருக்கே அரசர், எங்களின் தேவர்களின் தேவன், மூவுலகை ஆளும் மும்மூர்த்திகளில் ஒருவர், அழிக்கும் கடவுள். எப்பொழுதெல்லாம் அதர்மங்கள் பிறக்கின்றோ அப்பொழுதெல்லாம் ஒவ்வொரு அவதாரம் புரிந்து அதனை வேரோடு அழித்து மூவுலக மக்களையும் காக்கின்ற இறைவன் ஈசனே, உன் முன் இருப்பவர். உனக்காகவே இங்கு வந்திருக்கிறார். இவ்வுலக மக்கள் அனைவரும் இவர் பாதத்தில் சரணடைய வேண்டும் என தவம் கிடக்க, இவர் உனக்காக இங்கு வந்துள்ளார்”

இப்பொழுது தெரிந்துருக்கும் யார் இந்த கணக்காளர் மற்றும் மேலதிகாரிக்கே பெரிய மேலதிகாரி என்றும், ஏன் இருவரையும் இப்படி அழைத்தோம் என்றும்.

“ஆம், நீங்கள் அனைவரும் அனுதினமும் வழிபடும் கடவுள் தான் இவர்”

சித்திரகுப்தன் என்ற கணக்காளர் கூறியதை கேட்டு நம்பலாமா வேண்டாமா என்ற குழப்பத்துடன் இருக்கும் சிறுவன், “நீங்க கடவுளா?”

அச்சிறுவன் இன்னும் சில அடி தூரம் பின்னாடி சென்று, “இல்ல பொய் சொல்றீங்க, நீங்க புள்ள புடிக்கிறவங்க. நான் சின்ன புள்ளையா இருக்குறப்போ என் அப்பத்தா சொல்லுச்சு, தனியா எங்கேயும் போகக்கூடாதுன்னு. அப்படி போனா புள்ள புடிக்கிறவங்க வந்து தூக்கிட்டு போயிருவங்கன்னு சொல்லுச்சு. அது சொன்னது உண்ம தான் போல”

ஈசன், "இல்லை பாலகா, சித்திரகுப்தன் கூறியது முற்றிலும் உண்மையே"

"அவர் சொன்னது நெசம்ன்னு நா எப்பிடி நம்புறது"

"உனது சந்தேகம் நியாயம் தான்"

சிவனும் சித்திரகுப்தனும் மாறுவேடத்திலிருந்து அவர்களின் உண்மையான தோற்றத்திற்கு மாறினார்கள். அதை பார்த்த பின் சில நொடிக்கு ஆச்சரியத்தில் உறைந்து போனான்.

இருவரின் உண்மையான தோற்றத்தை கண்டபின், சிறுவன் வார்த்தைகள் சரியாக வராமல் திக்கிக் கொன்டே, "அப்போ நீங்க சொன்னது உண்மையா. நீங்க சாமியா"

சித்திரகுப்தன், "திருத்திக் கொள்ளவும். இதோ இவர் தான் நாம் அனைவரும் வழிபடும், இறைவன். நானோ உன்னைப் போல சாதரணமானவன்".

சித்திரகுப்தன் பதிலை கேட்டு சிவ பெருமான் சிரித்தார்.

"அப்படின்னா நான் சாவனும்ன்னு நெசமாத்தான் சொன்னிங்களா"

சிவன், "ஆம் பாலகா. நாங்கள் உன்னிடம் கூறியது அனைத்தும் உண்மையே, அதில் ஒரு பொய்யும் இல்லை. நீ உன் உயிரை தியாகம் செய்தால், நீ எதிர்ப்பார்த்தது நடக்கும். உறுதியாய் நடக்கும். இதற்கு நான் உனக்கு உறுதி அளிக்கிறேன்"

மனதிற்குள் அழுதுக்கொண்டே, "இதுக்கு வேற வழி இல்லையா"

"இருக்கின்றது, ஆனால் அந்த வழியை உபயோகித்தால் வெற்றி கிட்டுமா என்பது பெரும் சந்தேகம்"

சித்திரகுப்தன், "வேறு வழியில்லை பாலகா. இது தான் விதி. இந்த மாற்றம் நிகழும். நிகந்தே ஆகும். அதற்கு உன் உயிர் வேண்டும். இன்று ஒரு உயிர் சொர்கத்திற்கு வந்தே ஆக வேண்டும்"

சிவன், "ஒன்றின் முடிவுதான் மற்றொன்றின் தொடக்கம். உனது வாழ்க்கையின் முடிவு தான் ஒரு நல்ல மாற்றத்திற்கான தொடக்கம்"

சிறுவன் அவனது நிலைமையை நினைத்தும், அவனது குடும்பத்தை நினைத்தும் அழுதுக் கொண்டிருந்தான். பல நிமிட யோசனைக்குப் பின் வேறுவழியின்றி பாதி விருப்பத்துடன் அவன் உயிர் தியாகத்திற்கு ஒப்புக் கொண்டான்

அச்சிறுவன் அழுதுக்கொண்டே, "சரி, நீங்க சொன்ன மாதிரி என் உயிர தரேன். நீங்க கேட்ட மாதிரி குடுக்குறேன், நான் கேட்ட மாதிரி எங்க குடும்பம் சொந்தகாரங்க நெலம மாறனும்"

"என் அப்பத்தா அடிக்கடி சொல்லிடே இருக்கும். 'ஒரு நாள் இந்த நெலம மாறும். நம்மல படைச்ச சாமி வந்து நம்மல ஒரு நல்ல நெலமெல வெப்பாரு' அப்படினு சொல்லும். அத நெசமாக்கிடு"

"நான் உனக்கு சத்தியம் செய்கிறேன்"

இறுதியாக அவன் தன் கண்ணை மூடி அழுது கொண்டிருந்தான்.

அந்த நாள் நினைவு முழுவதும் ஒருமுறை அவன் மனதில் வந்தது. அந்தக் கதையில் வந்த சில தருணங்கள் அவன் நினைவுக்கு வந்தது, இதற்கு முன் இவர்களிடம் பேசிய வார்த்தைகள் இவன் நினைவுக்கு வந்தது. அதோடு பல நினைவுகள், பல தருணங்கள், பழைய நினைவுகள் என பல ஒன்றன்பின் ஒன்றாக ஒரு சேர அவன் மனதில் தோன்றியது.

ஆண் காட்டுப்பூனை உணவு தேடப் போன அந்த தருணமும், அதன் இறுதி தருணமும், அவன் தந்தை உணவு தேட சென்றதும், பின் இவ்விருவர்களிடம் பேசிய "ஒருவகைல இந்தக் கதை எங்களுக்கும் பொருந்துது" இந்த வார்த்தைகளும் என இவன் நினைவுக்கு வர, அதன்பின் இவை எல்லாம், சேர்ந்து ஏதோ ஒன்று தவறாக நடக்க போகின்றது என இவன் ஆழ் மனதில் தொன்றியது.

அதன்பின் சித்திரகுப்தன் இவனிடம் இறுதியாக கூறிய வார்த்தை 'அதற்கு உன் உயிர் வேண்டும். இன்று ஒரு உயிர் சொர்கத்திற்கு வந்தே ஆக வேண்டும்' மீண்டும் அவன் நினைவுக்கு வந்தது. அப்படி தோன்றிய நொடி கணமே தன் கண்களை திறந்தான்.

அவன் கண்ணை திறந்ததும் ஒரு பேரதிர்ச்சி அவன் கண்களில் தெரிந்தது.

சிறுவன் இருவரையும் கோவமாக பார்த்து, "எதோ ஒன்னு தப்பா நடக்க போகுது.

அதுமட்டுமில்லாமல் இருவரும் இக்கதையை அவனிடம் கூறி, அதை பற்றி பேசி அவனை திசை திருப்பிவிட்டார்கள் என நினைத்துக் கொண்டான்.

"நீங்க ரெண்டு பேரும் எனக்கு ஏதோ பன்றீங்க. திட்டம் போட்டு என்னைய தெசத் திருப்பிட்டீங்க. நீங்க கடவுளா இருந்தாலும், நீங்க சொன்னதுலாம் உண்மையாவே இருந்தாலும், நீங்க எனக்கு ஏதோ பண்ணிட்டீங்க"

அப்படி கோவமாய் கூறி அவன் அங்கிருந்து வேகமாக ஓடுகிறான்.

சித்திரகுப்தன், "பாலகா, பாலகா. ஓடாதே நில்"

சிவபெருமான், "அவனை தடுக்காதே சித்திரகுப்தா. அவன் செல்லட்டும்"

"ஆனால் இன்று இவன் உயிர் தேவைப்படுகிறதே தேவா. இன்று இந்த பாலகன் சாக வேண்டும் என்பது இவன் விதியில் எழுதியிருக்கிறதே"

"இன்று இவனை விட்டுவிடு சித்திரகுப்தா. நீ எமலோகம் செல் உனக்கு தேவையானது அங்கே இருக்கும். அது போதவில்லை என்றால் எமனிடம் நான் பேசிக்கொள்கிறேன். நடந்தவை, நடப்பவை, நடக்கப் போகிறவை இவையனைத்தும் நன்மைக்கே. இனி மாற்றங்களின் காலம் ஆரம்பம்"

சிறுவன் அவன் வீட்டை நோக்கி ஓடுகிறான். மிக வேகமாக ஓடுகிறான். சில தூரம் போன பின் ஓடும்போது வழியில் கீழே இருந்த ஒரு கல் தடுக்கி கீழே விழுந்து அவன் அடிபட, மயங்கி போனான்.

அத்தியாயம் – 4

மிருக தர்மம்

சில மணி நேரம் வரை அவன் மயக்கத்திலே இருந்தான். பின் ஒரு சில மணி நேரத்திற்கு பின், அவன் மயக்கம் தெளிந்தது. மயக்கம் தெளிந்து எழுந்து என்ன நடந்தது, என்ன ஆனது என நினைவு படுத்திக்கொண்டான்.

இதற்கு முன் நடந்த நிகழ்வுகள் எல்லாம், உண்மையாக நடந்ததா அல்ல அவன் கனவில் வந்ததா அல்லது மாயையா என நினைத்துக் குழம்பிப் போனான்.

"என்னது, அப்ப மயக்கம் போட்டு விழுந்தது, இப்ப தான் தெளியிதா. முன்னாடி ஒருதடவ மயக்கம் போட்டு விழுந்தோமா ?, அதுக்கப்பறம் அந்த ரெண்டு பேரு வந்தது, அவங்கள்ட்ட பேசுனது, அந்த காட்டுப்பூனை கதைய பாத்தது, அதுக்கப்பறம் அவங்கள்ட்ட பேசுனது இதெல்லாம் நெசமா ? இல்ல கனவா ? இல்ல மாயையா ? ஒன்னும் புரியலையே. முன்னாடி மயக்கம் போட்டு விழுந்தது இப்போ தான் தெளிஞ்சதா, இல்ல இதெல்லாம் நெசமா நடந்து நாம ஓடுறப்ப விழுந்து மயங்கி போய், பெறவு இப்போ தெளிஞ்சதானு ஒன்னும் சரியா வெளங்கலையே. அவங்கள்ட்ட பேசுனது, அந்தக் கதைய படிச்சதுலாம் உண்மை மாதரியும் இருக்கு, ஆனா ஏதோ கனவு மாயை மாதிரியும் இருக்கு. எனக்கு என்ன ஆச்சுன்னு தெரியலையே, ஒரே கொழப்பமா இருக்கே" என குழம்பி அவன் மனதிற்குள் பேசிக்கொள்கிறான்

மீண்டும் மீண்டும் அந்த நிகழ்வுகளை நினைவுப்படுத்திக் கொண்டே இருந்தான். அந்த நிகழ்வு முழுவதும் அவனுக்கு அப்படியே ஞாபகம் இருந்தது.

அந்த நிகழ்வுகளை எல்லாம் தாண்டி அந்தக் கதையே அவன் மனதிற்குள் ஆழமாய் பதிந்தது. அக்கதையை மீண்டும் ஒரு முறை நினைவுப்படுத்துக் கொண்டான்.

அந்தக் கதை எதனால் அப்படியொரு தாக்கத்தை அவனுக்குள் ஏற்ப்படுத்தியது, அந்தக் கதையினாலா ?, அல்லது அதில் இருந்த கதாப்பாத்திரங்களாலா ?, அல்லது அந்தக் கதை சொல்லிய விதத்தினாலா ?, இல்லையெனில் அந்தக் கதையிலிருக்கும் கதாப்பாத்திரங்களின் நிலைமையினாலா ? என பல கேள்விகள் அவனுக்குள் எழுந்தது.

இவையெல்லாம் வைத்து பார்க்க, மீண்டும் அவன் மனதில் ஏதோ ஒன்று தவறாக நடக்க போகிறதென ஒரு எண்ணம் தோன்றியது.

"இப்போ நடந்ததுலாம் நெசமா, இல்ல கனவா, மாயையா ஏதுவ இருந்தாலும். சரி ஆனா இதெல்லாம் ஏதோ ஒரு காரணத்துக்காக தான் நடந்துருக்கு" என மனதில் நினைத்துக் கொண்டு அங்கிருந்து அவன் வீட்டை நோக்கி ஓடுகிறான்.

ஓடுகிறான். அவன் ஓடும்பொழுது அந்தக் கதையின் தாக்கமும், அவ்விருவர்களிடம் பேசிய தருணமும் அவன் மனதிற்குள் ஓடிக்கொண்டும் இருந்தது.

உணவு தேடிப் போன ஆண் காட்டுப்பூனையின் இறுதி தருணமும், உணவு தேடப் போன அவன் தந்தையின் உருவமும் ஒரு சேர வந்தது.

அவன் ஓட்டத்தின் வேகம் மேலும் மேலும் கூடிக்கொண்டே இருந்தது. ஒரு வழியாக அவன் வீட்டின் அருகில் வந்தான். வந்ததும் ஒரு வித புதிய வாசம் காற்றின் வழியாக அவன் மூக்கில் நுழைந்தது. அவன் ஓட்டத்தின் வேகம் குறைந்தது. இளைப்பொடு ஓட்டத்தை நிறுத்தி, வேகமாக நடந்து, வீட்டை அடைந்தான்.

அதே வேகத்தோடு வீட்டிற்குள் சென்றான். வீட்டில் அவனின் அம்மா, பாட்டி, தங்கை இருந்தார்கள்.

சிறுவனின் அம்மா, "என்னய்யா, எங்கையா போன. காலைல வீட்ல இருந்து கௌம்புன இப்போ தான் வர்ற. எங்கேயும் சுத்தாம ஒரு இடத்துலேயே இருடான்னா கேக்குறியா".

ஓடி வந்த இளைப்புடன், "அப்பா வந்துட்டாரா?"

சிறுவனின் பாட்டி, "உன் அப்பா வந்துட்டான்யா. உனக்காக நீ நல்லா சாப்புடுறதுக்காக கறி வாங்கிட்டு வந்துருக்கான்யா"

"அப்பா எங்க?. அப்பா எங்க? அப்பத்தா"

"பக்கத்துல வெறகு வெட்டி கொண்டாரா போயிருக்கான்"

வேகமாக அங்கிருந்து ஓடி அவன் தந்தையை தேடி போனான்.

சிறுவனின் அம்மா, "டேய், மறுபடியும் எங்கடா போற"

சிறுவனின் பாட்டி, "எய்யா, நில்லுப்பா மறுபடியும் எங்க ஓடுற"

வீட்டிற்கு அருகாமையில் இருக்கும் ஒரு இடத்தில் நின்றுக்கொண்டு, "அப்பா... எப்போவ்..." என கத்தினான். அங்குமிங்கும் தேடிப் பார்த்தான். 'அப்பா' என்று கத்தினான்.

ஒருவழியாக சற்று சிறு தூரத்தில் விறகு வெட்டிக் கொண்டிருக்கும் அவன் தந்தையை கண்டான். அவரை கண்டதும் பயம், மனக்கலக்கம் எல்லாம் நீங்கி ஆசுவாசம் அடைந்தான்.

அவன் தந்தை அவனை திரும்பி பார்த்ததும், "டேய் என்னடா இந்த பக்கம்"

அவன் ஓடி வந்து தன் தந்தையை கட்டி அணைத்துக்கொண்டு அவன் பாசத்தையும், பரிதவிப்பையும் வெளிப்படுத்தினான். நன்றாக இறுக்கி கட்டியணைத்துக் கொண்டான்.

"என்னடா. என்ன ஆச்சு"

தன் மகனின் செயலால் அவரது மனதிற்குள் பேரின்பம் ஆனது.

"எப்பா இனிமே நீ எங்க போனாலும் என்னையும் கூட்டிட்டு போ"

"இதென்னது புதுசா"

"சொல்றேன்ல கூட்டிட்டு போப்பா"

"சரி கூட்டிட்டு போறேன்"

"சரி நீ வீட்டுக்கு போ. உனக்கான்டி ஒன்னு வாங்கியாந்துருக்கேன். வீட்ல இருக்கு"

சொல்லப்படாத உண(ர்)வு கதை

"அப்பத்தா சொல்லிருச்சு, கறி தான"

"சரித்தான். அதுமட்டுமில்ல ஒரு ரெண்டு நாளைக்கி சாப்பாட்டுக்கு தேவையான பொருள் காய்கறி, அரிசின்னு வீட்ல இருக்கு. நீ வீட்டுக்கு போ, நான் வெறகு வெட்டிட்டு வெறக கொண்டாறேன்"

"இல்ல நான் உன்கூட தான் வருவேன்"

"சொல்ற பேச்ச கேக்கமாடிங்குற. சரி இத கைல வச்சுக்கோ"

இருவரும் விறகை வெட்டிக்கொண்டு இருந்தார்கள். பின் வெட்டிய விறகுகளை எடுத்துக் கொண்டு வீட்டிற்கு எடுத்துச் சென்றார்.

வீட்டிற்கு சென்றதும், விறகை வைத்தார்கள். சில மணி நேரம் பிறகு உணவு தயார் ஆனது.

சிறுவனின் அம்மா, "சாப்பாடு ஆய்ருச்சு. எல்லோரும் சாப்ட வாங்க"

சிறுவன், அவனது தந்தை, அவனது தங்கை, அவனது பாட்டி என நால்வரும் சாப்பிட உட்கார, இவர்களுக்கு உணவு பரிமாறுகிறார் அவனின் அம்மா.

அவனின் தங்கைக்கு அவன் அம்மா ஊட்டிவிட, அவனோ அவனின் அப்பத்தா மடியில் தன் தலை வைத்துப் படுக்க, பாட்டி அவனுக்கு ஊட்டிவிடுகிறாள்.

"என்னப்பா, உன் மொகம் ஒரு மாதிரி இருக்கு"

"அது ஒன்னும் இல்லையா, நேத்து சரியா தூங்கல, கொசுக்கடி வெற அதனால தான் அப்பிடி இருக்கு"

அந்த சிறிய குடும்பத்திற்கு பல மாதங்களுக்குப் பின் மன நிறைவோடு, நல்ல சுவையான உணவை உண்கின்றனர். அந்த தருணம் அவர்கள் அனைவருக்கும் நெகிழ்ச்சியாக இருந்ததை போல் அவர்களின் முகத்தில் தெரிந்தது.

அவனின் அம்மா, "எவ்ளோ நாள் ஆச்சு இப்பிடி திருப்தியா சாப்ட்டு"

அவனின் பாட்டி ஊட்டிவிட, அவனும் மிக சந்தோசமாய் உணவு உண்டுக்கொண்டு இருந்தான், அப்பொழுது அவனுக்கு திடிரென புரையேறியது. பாட்டி தலையில் தட்டினார்.

"தண்ணிய குடியா. இந்த நேரத்துல உன்ன யார் நெனைக்குறா"

"வேற யாராயிருக்கும், நம்ம குட்டிராசு", என்று சொல்லிய உடன் அவனது வார்த்தையின் சப்தம் குறைந்தது.

"ஆமா, குட்டிராசு எங்க. அவன காணோம்"

பாட்டி, "அவன் பக்கத்துல எங்கேயாச்சும் சுத்திட்டு இருப்பான். வந்துருவான்யா, நீ சாப்டு"

"சரி. அவனுக்கும் சாப்பாடு எடுத்து வச்சுருக்கிங்கல"

அம்மா, "அதெல்லாம் இருக்கு யா"

'சரி' என்பதைப் போல் தலையை ஆட்டி, பாட்டி ஊட்டிவிட இவன் உண்கிறான்.

சில வினாடிக்குப் பின். அச்சிறுவன், "ஒரு நிமிசம் இரு. நான் ஓடஞ்ச மரம் பக்கத்துல வர்றப்போவே எனக்கு இந்த கறி வாசன வந்துச்சு. குட்டிராசு

சொல்லப்படாத உண(ர்)வு கதை

பக்கத்துல தான் எங்கேயாவது இருந்தான்னா கண்டிப்பா வந்துருப்பானே”

அப்பா, “அப்பிடி வரலன்னா என்ன, எங்கேயாச்சும் தள்ளி தொலவுல இருப்பான். அவன் என்ன சின்ன புள்ளையா, இல்ல இந்த இடம் தெரியாத புது ஆளா. வந்துருவான்யா. நீ சாப்புடு”

பாட்டி மடியிலிருந்து எழுந்தான்.

பாட்டி, “என்னய்யா, எந்துருச்சுட்ட”

சட்டையை போட்டுக்கொண்டு குட்டிராசுவை தேடப் போறான்.

அம்மா, “யே எங்க கௌம்பிட்ட. ஏங்க இங்க பாருங்க இவன”

பாட்டி, “எய்யா, இன்னும் நாலு வாய் தான்யா இருக்கு இங்க வாயா”

அப்பா, “ஏய் நில்லு டா, சாப்ட்டு முடுச்சுட்டு தேடலாம் நானும் வரேன்”

அவர்கள் சொல்வதை எதையும் காது கொடுத்து கேட்காமல் குட்டிராசுவை தேட போனான்

வீட்டிற்கு வெளியில் வந்து அவன் பெயர் சொல்லி கத்துகிறான்.

“குட்டிராசு. குட்டிராசு, எங்கடா இருக்க ?”

அவன் கத்தியது அந்தப் பகுதிக்கே கேட்கும் அளவிற்கு கத்தினான். பல முறை உரக்க அழைத்தும் குட்டிராசு வராததால், அவனுக்கு பயம் உண்டாயிற்று.

வீட்டிற்குள் இருந்த அம்மா, அப்பா, பாட்டி மூவரும் வெளியே வந்தார்கள். பாட்டி அந்த தட்டுடன் வந்தார்.

"எப்பா உன் கூட தானா அவன் வந்தான். இப்போ எங்கப்பா அவன்"

"ஆமா டா என் கூட தான் வந்தான், திருப்பி நான் வீட்டுக்கு வர்றப்பவும், அவன் என் கூட வந்தான். பெறவு நான் வெறகு வெட்ட போய்டேன். அவன் இங்க எங்கேயாது தான் இருப்பான்"

பாட்டி, "எய்யா, இந்த ரெண்டு வாயாச்சும் வாங்கிகோ யா. நாங்க என்ன தேடவேணாம்னா சொல்றோம். சாப்புட்டு போய் தேடுன்னு தானா சொல்றோம். இந்தாயா இத மட்டும் வாங்கிக்கோ, அப்பத்தா சொல்றேன்ல"

பாட்டி அவனுக்கு ஊட்டிவிட, அதை உண்கிறான். ஒருவகை பயத்துடன் வேண்டா வெறுப்புடன் உண்கிறான். இப்பொழுது பாட்டி ஊட்டிய அந்த உணவை அவன் உண்ட பின் அவனுக்கு ஒரு மாதிரி ஆகி குமட்டியது. அந்த கறியை உண்ணும் பொழுது ஏதோ வேறொரு விதமான சுவையை உணர்ந்தான். அவன் முகமும் மாறியது

"என்ன அப்பத்தா, மொதோ சாப்புடுறப்போ நல்ல இருந்துச்சு, இப்போ என்ன ஒரு மாதிரி இருக்கு. என்னத்த சேத்தீங்க"

தந்தை, "அப்பிடிலாம் ஒன்னுமில்லையே. நாங்களும் சாப்புட்றோம், எங்களுக்கு எதுவும் தெரியல"

அம்மா, "என்னய்யா புளிப்பு, கசப்புன்னு எதாச்சும் சாப்டியா. அதனால தான் உனக்கு அப்பிடி இருக்கு"

"அப்பிடிலாம் இல்லமா. முன்னாடி வாசனை நல்லா இருந்துச்சு", என சொல்லி முடிப்பதற்குள் வாந்தி வருவதைப்போல் ஓமட்டியது. இருமிக் கொண்டே "போதும்".

பாட்டி, "இந்தா தண்ணிய குடியா"

தண்ணியை குடித்தவுடன் சில நொடி யோசித்து, "எப்போவ் நெசமா அவன் உன் கூட வீட்டுக்கு வந்தானா ?"

"ஏய், நெசமா வந்தான்னு சொல்றேன்ல. வேணும்ன்னா உன் அம்மைட்ட, அப்பத்தாட்ட கேளு"

"ஆமப்பா. அவரு சொல்றது நெசம் தான்பா"

வேகமாக அவன் வீட்டிற்க்குள் சென்று அவன் தங்கையிடம் குட்டிராசு பற்றி கேட்கிறான்.

"தங்கச்சி அப்பா திரும்பி வர்றப்ப குட்டிராசு வந்தானா"

"இல்லையேனே, அவன் உன் கூட தான் போயிருக்கான்னு அப்பா சொல்லுசே"

உடனே வெளியில் சென்று அவன் அப்பாவிடம் அழுதுக்கொண்டே, "அப்பா உண்மைய சொல்லுங்க குட்டிராசு எங்க, நீங்க திரும்பி வீட்டுக்கு வர்றப்ப உங்க கூட வந்தானா ?"

"அதான் நான் சொன்னேன்ல. என் கூட வந்தான். நான் வெறகு வெட்ட போறப்போ கூட இந்த பக்கம் இல்ல"

அவன் அழுதுக் கொண்டே, "எங்க சத்தியம் பண்ணி சொல்லுங்க. என் மேலயும், தங்கச்சி மேலயும்". பின் கத்தியவாறே "நீங்க பொய் சொல்றீங்க, பொய் சொல்றீங்க ப்பா"

அவன் கண்களில் இருந்து கண்ணீர் வந்த வண்ணம் இருந்தது.

அப்பா, "என்னடா இப்பிடி கேக்குற"

அங்கிருந்து குட்டிராசுவை தேட செல்கிறான். அக்கம்பக்கத்தில், அந்த பகுதி முழுவதையும் அவன் பெயரை உரக்க கத்திக் கொண்டே குட்டிராசுவை தேடுகிறான். "குட்டிராசு. அடேய் எங்கடா இருக்க என்னைய அழ வைக்காதடா. வந்துற்றா" என உரக்க கத்தினான்.

அந்த பகுதி முழுவதும் கேட்கும்படியாக அப்படி கத்திக் கொண்டே இருந்தான். பல இடங்களில் பல நிமிடங்கள் தேடியும் கிடைக்காததால் மிகவும் மனமுடைந்து அழுது கோவத்துடன் அவன் வீட்டிற்கு வந்து, அவன் அப்பாவிடம் வந்து கேட்கிறான்

கோபத்தை உள்ளே வைத்து கொண்டு அழுதுக்கொண்டே, "அப்பா எங்க தேடியும் அவன் இல்ல, தயவு செஞ்சு உண்மைய சொல்லுப்பா. எங்கேயாச்சும் அவன விட்டுட்டியா, இல்ல யாருக்காவது அவன வித்துட்டியா" என சொல்லி தேம்பி தேம்பி அழுதான்.

அவன் அழுகையை பார்த்து அவனது அப்பா, அம்மா, பாட்டி மூவருக்கும் அழுகை வந்தது. அப்பா, ''என்னிய மன்னுச்சுரு பா. நான் உன்ட பொய் சொல்லிட்டேன். என்னனமோ நடந்துருச்சு, அதயெல்லாம் உன்ட சொன்னா நீ ரொம்ப வருத்தப்படுவ. அதனால தான் எதாச்சும் பொய் சொல்லி சமாளிக்கலாம்ன்னு நெனச்சேன். ஆனா முடியல''

''என்ன ஆச்சு உண்மைய மட்டும் சொல்லுங்க''

''ரெண்டு நாளைக்கி முன்னாடி என் கூடத்தான் வந்தான். நான், அவன், சுந்தராசு மாமா மூணு பேரும் சுத்தி இருக்குற ஊருக்குலாம் போய் சாப்பாட்டுக்காக காய்கறி, அரிசி சாமான்லாம் கேட்டு வாங்கலாம்னு போனோம். ஒரு சில கிராமத்துல குடுத்தாங்க, அதை எல்லாம் பட்டில சேத்து வச்சுக்குட்டோம். ஆனா ஒரு ஊருல மட்டும், அங்க இருக்குற சில பேர் எங்கள ஊருக்குள்ள வரக்கூடாதுன்னு எங்கள வெரட்டுனாங்க. ஆனா அந்த ஊருல இருக்குற ஒரு சிலர் எங்களுக்கு எதாச்சும் குடுக்கணும்னு ஆசப்பட்டாங்க. ஊருக்குள்ள எங்கள வரக்கூடாதுன்னு சொன்னவங்களுக்கு தெரியாம ஊருக்குள்ள போய் நாங்க மூணு பேரும் அவங்க குடுக்குறத வாங்கிட்டு இருந்தோம். அப்போ எங்கள ஒருத்தன் பாத்துட்டு, எங்கள வரக்கூடாதுன்னு சொன்னவங்கள்ட போட்டுக் குடுத்துட்டான்'',

''அவனுங்கல்லாம் ஒரு பத்து பதினஞ்சு பேர் இருந்தாங்க. என்னையும் சுந்தராசையும் அடிக்க ஆரம்பிச்சாங்க. உடனே குட்டிராசு எங்கள அடிச்சவங்கள கொளச்சுது, அதுல ஒருத்தன கடிக்க

போயிருச்சு. அவனுங்க கவனத்த குட்டிராசு அவன் பக்கம் தெசத் திருப்பிட்டதால, நாங்க எப்பிடியோ மிச்சம் இருந்த சாப்பாட்டு சாமானையெல்லாம் எடுத்துட்டு பெத்தரமா அங்கிருந்து தப்புச்சு அந்த ஊருல இருந்து தள்ளி வந்துட்டோம். பெறவு, குட்டிராசுக்காக ஒரு எடத்துல ரொம்ப நேரம் காத்திருந்தோம். ரொம்ப நேரம் ஆகியும் அவன் வராததால நாங்க ரெண்டு பேரும் தனித்தனியா அந்த ஊர்க்காரங்க கண்ணுல படாம ஊர் மொத்தத்துல தேடி பாத்தோம், அப்பயும் அவன் அங்க இல்ல. சுத்திமுத்தியும் பாத்தோம் அவன காணல.   அதுக்கப்பறம்   பொழுது சாஞ்சுருச்சேன்னு கொஞ்ச தூரம் தள்ளி ஒரு இடத்துல ராத்திரி பொழுத தங்கிட்டு, காலைல பொழுது விடிஞ்சதும் இன்னொரு தடவையும் தேடுனோம், அந்த ஊர சுத்தியும் அவன பத்தி விசாரிச்சோம்,   ஒரு   சேதியும்   கெடைக்கல. எனக்கும் ஒரு மாதிரி ஆய்ருச்சு. அப்பறம் சுந்தராசு தான் 'அதெல்லாம் கவலை படாத, அவனா மோப்பம்புடுச்சு வந்துருவான் எப்டியும். அவன் ஒன்னும் சின்ன பையன் இல்ல'ன்னு சொன்னான். அந்த ஒரு தைரியத்துல இங்க கௌம்பி வந்தேன். நாங்க இங்க வர்ற காலைல ஆய்ருச்சு. அப்பவும் அவன் இங்க வரல, சரி எப்பிடியும் வருவான்னு காத்துட்டு இருந்தோம்'',

இதுவரைக்கும் ஓரளவாக அழுதுக் கொண்டிருந்த அவனின் அப்பா, இதற்குப் பின் மேலும் மேலும் அழ தொடங்கினார். "அப்பத்தான் வந்தான். அப்படியொரு கோலத்துல. நடக்க முடியாம, நடந்துட்டு'',

இதன் பின் அவரால் சொல்ல முடியாமல், சொற்கள் அழுகையுடன் சேர்ந்து திக்கிக்கொண்டு

செொல்லப்படாத உண(ர்)வு கதை

வந்தது. "அத. அத பாக்குறப்போ என் ஈரக்கொலையே ஆடிருச்சு. அவன அப்பிடி பண்ணி வச்சுருக்கானுங்க அந்த ஈன முண்ட பயலுக. அவன அப்பிடி செதச்சு வச்சுருக்கானுங்க. அவனோட ஒடம்பு பூராவும் காயம். கத்திய வச்சு குத்திருக்காங்க, கல்லால அடுச்சுருக்காங்க அவன் வால வெட்டிருக்கானுங்க, அப்பறம், அவனோட. அவனோட கொட்டையையும் அடுச்சுருக்காணுங்க மிருக கபோதிங்க. இந்த அளவுக்கு அவன கொடும படுத்திருக்காங்க. பாவம் அவன் எந்த அளவுக்கு கஷ்ட பட்டுருப்பானோ. கடைசியா அவன்ட இருந்த கொஞ்சோன்டு உசுர வச்சு, நொண்டிக் காலோட நொண்டிக்கிட்டே இங்க வந்தான். அவன பாத்ததும், அய்யோ. இங்க வந்து தான் சாவனும்ன்னு இருந்தான் போல, எங்கள பாத்ததுக்கு அப்பறம் ஒரேயடியா விழுந்துட்டான்" என்று சொல்லி முடித்து அப்படி அழுதார்.

அவர் சொல்லி முடித்த பின்னர் அம்மா பாட்டி அழுக, சிறுவன் மட்டும் பணியில் உறைந்து போனதை போல் இருந்தான். ஆனால் அவன் கண்களிலிருந்து கண்ணீர் வெள்ளப் பெருக்காய் வந்தவண்ணம் இருந்தது.

இப்பொழுது அவன் இருக்கின்ற அந்த நிலைமையில் அவன் அப்பாவிடம், "சரி அ., அவனோட ஒடம்பு எங்க ?. நான் வர்றதுக்குள்ள போதச்சு எல்லாம் பண்ணிடிங்களா"

அப்பா, "அது. அவன் ஒடம்பு"

" எப்பா, இதுகப்பறமும், மறச்சு என்ன ப்ரயோஜனம். தயவு செஞ்சு எல்லாம் சொல்லு"

முன்பு நடந்தை விவரமாக கூறுகிறார்.

"அவன்ட கடைசியா இருந்த உசுர வச்சுக்கிட்டு இங்க வந்தான். எங்கள பாத்ததுக்கு அப்பறம், அவன் சுருண்டு கீழ விழுந்துட்டான். எங்களுக்கு என்ன பன்றதுன்னு தெரியல. உடனே சுந்தராச கூப்டேன். அவனும் குட்டிராச பாத்து மனசொடஞ்சு போய்ட்டான். அவன் குட்டிராச தொட்டுப் பார்த்தான் கடைசியா ரொம்ப கொஞ்சமா அவனுக்கு உசுரு இருந்துச்சுன்னு சொன்னான். எப்பிடி இருந்தாலும், என்ன பண்ணாலும் அவன் பொழைக்க மாட்டான்னு தெரியும். அந்த நேரத்துல அவன் ஒன்னு சொன்னான்"

"சுந்தராசு சொன்னான், 'மச்சா, நம்ம குட்டிராசுக்கு கட்டக் கடைசியா கொஞ்சோன்டு உசுரு இருக்கு, இனி எப்பிடியும் இவன் பொழைக்கப் போறதில்ல. பாத்தீங்கல அவனோட நெலமைய பாவம் இப்பிடி பன்னிட்டானுங்க கண்டாரோளியானுங்க... அடுத்து என்ன பன்லாம்ன்னு இருக்கீங்க மச்சா"

"தெரில, அவன் வேற வருவான். குட்டிராசு எங்கன்னு கேட்டா என்ன சொல்லுவேன். ஒழுங்கா கூட்டிட்டு போனிங்களே, திருப்பி வர்றப்போ இவன இப்பிடி சாவடுச்சு கொண்டாந்துருக்கிங்கலேன்னு சொன்னா நான் என்னயா செய்வேன்"

சிறுவனின் அம்மா, "அய்யோ ஏற்கனவே சாப்புடுறதுக்கு சாப்பாடு இல்லாம கஷ்டத்துல

இருக்கோம், நாங்களு இப்போ சாவோமா அப்போ சாவோமான்ற நெலமைல இருக்கோம் இதுல இது வேறயா. அய்யோ" என சொல்லி அவர்களும் அழுக.

பாட்டி, "ஒரு வாயில்லா ஜீவன கூட இப்பிடி பண்ணிட்டாங்க நாசமா போறவனுங்க. அவங்க நல்லவே இருக்க மாட்டாங்க"

சுத்தராசு, "சரி மச்சா ஆனது ஆயிருச்சு, அடுத்து என்ன பண்ணலாம்னு யோசிங்க"

மூவரும் அழுதுக் கொண்டு இருந்தார்கள். அம்மா, குட்டிராசு தலையை தன் மடியில் வைத்துக் கொண்டு தடவி குடுத்தார். அம்மாவிற்கும் கண்ணீர் வழிந்தது. குட்டிராசுவின் உயிர் கொஞ்சம் கொஞ்சமாக பிரிந்துக் கொண்டிருப்பதை பார்த்தார்கள். மூவரும் அவன் வளர்ந்த நாட்களை நினைவுப்படுத்திக் கொண்டனர். குட்டிராசோ, தான் பெற்ற தாயின் மடியில் இருப்பதைப் போல் இருந்தான். வாழ்வின் கடைசி நுனியில், சாவின் விழிம்பில் இருந்தான் குட்டிராசு

சுந்தராசு, "மச்சா, நான் ஒரு யோசனை சொல்லவா. சொல்லுவேன் ஆனா தப்பா நெனச்சுக்க கூடாது"

சோகத்தில் இருந்துக் கொண்டே "சொல்லு"

"இவன பொதைக்காம, வெட்டி கறியாக்கி ஆட்டுக்கறின்னு சொல்லி வித்துருலாமா"

இதை கேட்டதும் சிறுவனின் அப்பாவிற்கு கோபம் வந்து, "அடேய் முட்டா மூதி. என்ன டா சொன்ன. கொஞ்சமாச்சும் கூறு இருக்கா உனக்கு. என்ன பேசிட்டு இருக்க. நானே மனசொடஞ்சு

போயிருக்கேன், இதுக்குமேலயும் இந்த மாரிலாம் சொல்லி என்ன இன்னும் கஷ்டப்படுத்தாத”

“எனக்கு புரியுது மச்சா, உனக்கு இது எவ்ளோ கஷ்டம்ன்னு. மொதோ நான் சொல்றத காது குடுத்து கேளு. நாம ஏற்கனவே சரியா சாப்பாடு தண்ணி இல்லாம ரொம்ப கஷ்டப்பட்டுட்டு இருக்கோம். இங்க பாருங்க மச்சா சின்ன புள்ளைங்க ரெண்டு பேர் இருக்காங்க, வளரவேண்டியவங்க. இன்னும் நெறைய இருக்கு, நமக்காக இல்லனாலும் அந்த புள்ளைங்களுக்காக இத பன்னலாம்ல. நேத்து நாம வாங்க போன சாப்பாட்டு சாமாங்களும் எல்லாம் போயிருச்சு, மீதி இருக்குறது ஒரு நாளைக்கி கூட பெறாது. நான் சொன்ன மாதிரி பண்ணா காசு கெடைக்கும் அதுல நாம வேணும்ங்குறத வாங்கிக்கலாம்”

“அது எப்பிடி டா மனசு ஒப்பும். அந்த ரெண்டு புள்ள மாதிரி தான் இவனும் எங்களுக்கு, அப்பிடின்னு தான் நாங்க இவன வளத்தோம். அப்பிடி வளத்தவன எப்பிடிடா நீ சொன்ன மாதிரி செய்ய மனசு வரும்”

“எனக்கு புரியுது மச்சா. ஆனா, வேற என்ன பன்றது. நம்ம நெலமையும் இப்பிடி இருக்கே. எனக்கு என்னவோ இது நம்ம சாமி கொடுத்த ஒரு நல்ல சந்தர்ப்பம்ன்னு தான் சொல்லுவேன்”

சிறுவனின் அம்மா, “சுந்தராசா, இவன நான் பெக்கல, ஆனாலும் என் பசங்க போல தான் இவனும். எப்பிடி பண்ண முடியும். அப்பிடியே நீ சொன்ன மாதிரி மனச கல்லாக்கிட்டு பண்ணாலும், அவன கறியாக்கி வித்து, அதுல வர்ற காச வச்சு செய்ற சாப்பாடு எப்பிடி யா வயித்துக்குள்ள

சொல்லப்படாத உண(ர்)வு கதை

இறங்கும். ரொம்ப கஷ்டமா இருக்கும் யா. மனசு உறுத்தும் யா"

"அக்கா நீ சொல்றதெல்லம் வாஸ்தவம் தான். ஆனா இந்த நெலமைல நான் சொன்ன மாதிரி பன்னா ஒரு நல்லதாவது நடக்கும். இப்ப பாரு, நாம அந்த மலைல சந்தோசமா இருந்தோம், அங்க இருந்து நம்மல கீழ எறக்குனானுங்க, அந்த நேரம் கஷ்டமா தான் இருந்துச்சு, பெறவு போக போக மாறிருச்சுல. இப்போ கொஞ்சம் கஷ்டமா இருந்தாலும், இதனால வர்ற காச வச்சு நல்லா சாப்டலாம். ரொம்ப நாளைக்கி அப்புறம் நல்லா சாப்புடலாம்"

பாட்டி, "எய்யா, இப்பிடி பன்றது பாவமில்லையா"

"அது எப்பிடி ஆத்தா பாவம் ஆகும். நாம கொள்ளலையே, இந்த மாதிரி ஆக்கினது நாம இல்லையே. இன்னொன்னு சொல்றேன், நம்ம குட்டிராசு இவ்ளோ கொடுமைக்கு ஆளாயிருக்கு ஒன்னு அங்கேயே அப்போவே போயிருக்கனும், இல்ல இங்க வர்ற வழில போயிருக்கனும். அப்பிடி ஏதும் இல்லாம, அவன் உசுர புடுச்சுக்குட்டு இங்க வந்து உங்க முன்னாடி விழுந்துருக்கான். இது கண்டிப்பா ஒரு காரணத்தோட தான் இவன் இங்க வந்துருப்பான். மறுபடியும் சொல்லுறேன் இது சாமி கொடுத்த ஒரு நல்ல சந்தர்ப்பம்ன்னு"

மூவரும் குட்டிராசுவை பார்க்க, அப்பா அழுதுக் கொண்டே யோசிக்கிறார்.

"இங்க பாருங்க நான் உங்கள கட்டாயப்படுத்தல, என் மனசுல இருக்குறத உங்கள்ட்ட சொன்னேன்.

நீங்க இவன பொதைக்கனும்னா கூட பொதைக்கலாம். இல்ல நான் சொன்ன மாதிரியே பண்ணிக்கலாம்னா, உங்க மூணு பேரோட மனசையும் கல்லாக்கிக்கிட்டு முழுமனசோட ஒத்துக்குட்டா அப்பிடி பண்ணலாம். இல்லன்னா பொதச்சுறலாம்"

"பையன் வந்து கேட்டா என்ன சொல்ல போறேனோ"

"அதெல்லாம் எதாச்சும் சொல்லி சமாலுச்சுக்கலாம் மச்சா".

அவர் அழுதுக்கொண்டே யோசிக்கிறார்.

"சரி கடைசியா என்ன முடிவு தான் எடுக்குறீங்க. நீங்க எந்த முடிவு எடுத்தாலும் எனக்கு சரி, சீக்கிரம் யோசிச்சு சொல்லுங்க"

இறுதியில் ஆழ்ந்து யோசித்து ஒரு முடிவை எடுத்தார், மற்ற இருவர்களிடமும் கூறி அவர்களின் சம்மதத்தையும் உறுதிப்படுத்திக் கொண்டார்.

"சரியா, நீ சொன்ன மாதிரி பண்ணிக்கலாம்"

உடனே ஒரு கோணிப்பையில் குட்டிராசுவின் உடலை போட்டு, சுந்தராசு தூக்கிக் கொண்டு எடுத்துச் செல்ல, பின் அவரோடு சிறுவனின் அப்பாவும் சென்றார். குட்டிராசுவை எடுத்துச் செல்லும்போது பாட்டியும், அம்மாவும் நெஞ்சில் அடித்துக் கொண்டு அழுதார்கள்.

ஒரு பொழுதுக்குப் பின், இருவரும் இரண்டு பையில் சாப்பாடு செய்வதற்கு தேவையான

பொருட்களும், ஓரளவு கறியும் கொண்டு வந்தார்கள்.

"என்ன ஆச்சுங்க எல்லாம்..."

சோகத்துடன், கீழே பார்த்தபடி தலையை குனிந்து ஆம் என்பதை போல் தலையை ஆட்டினார் சிறுவனின் தந்தை. "பையன், வந்துட்டானா"

"அவன் வந்து கேட்டான்னா, நான் சொல்ற மாதிரி சொல்லுங்க. நாளைக்கி பக்குவமா அவன்ட சொல்லலாம்"

நடந்தவை அனைத்தையும் அழுதுக்கொண்டே தன் மகனிடம் சொல்லி முடித்தார். அவன் அனைத்தையும் கேட்டு முடித்தப்பின், சில நிமிடம் பேச்சு மூச்சற்று இருப்பதை போல் ஆனான். பேரதிர்ச்சியில் உறைந்துப் போனான். இதுவரையிலும் அவன் அந்தளவுக்கு அதிர்ச்சியை கண்டிராத அளவுக்கு அதிர்ச்சியில் உறைந்து போய் நின்றான். ஆனால் கண்களில் கண்ணீர் மட்டும் வற்றாமல் வந்துக்கொண்டே இருந்தது

பின், "அய்யோ, அய்யோ, அய்யோ. இப்பிடி பண்ணிட்டீங்களோடா. அய்யோ." என தலையில் அடித்துக்கொண்டு கதறி அழுதான். "ஏன்டா இப்பிடி பண்ணிங்க. அநியாயமா அவன கொன்னுடீங்களோடா படுபாவிங்களா. நீங்கலாம் நல்லா இருப்பிங்களா" என சொல்லி கீழே இருக்கும் மண்ணை அள்ளி அவன் முன் இருந்த நால்வரின் மேல் வீசினான்.

அவன் அழுவதை பார்த்து மூவரும் அழுக, அவனின் அழுகுரல் சத்தம் சற்று தொலைவில் இருக்கும் அந்த மலை வரைக்கும் கேட்கும்

அளவிற்கு கதறி அழுகிறான். உயிர் போகும் அளவிற்கு தேம்பி தேம்பி அழுகிறான்.

"அய்யோ, இப்பிடி பண்ணிட்டிங்கலே. யோவ் உன்ன நம்பி தான்யா அவன உன் கூட அனுப்பி வச்சேன், இப்பிடி எல்லோரும் சேர்ந்து அவன கொன்னுட்டீங்களே"

பாட்டி, "எய்யா, விடுயா எந்திரியா"

"இல்ல, இல்ல. நீங்க எல்லோரும் சேர்ந்து அவன கொன்னுட்டீங்க. அந்த வாயில்லா ஜீவன துடிக்க துடிக்க கொன்னுட்டீங்க. பாவிங்களா. அப்பிடி என்ன யா உங்களுக்கு அது பாவம் பண்ணுச்சு, அத கொன்னுட்டீங்களே. அய்யோ."

"நான் ஒரு கிறுக்கு மூதி, எப்பவும் என் கூடவே இருப்பான், அவன இவனுங்கள்ட்ட அனுப்பி நான் அவன கொன்னுட்டேனே. நானும் கூட சேர்ந்து அவன கொன்னுட்டேனே. என்ன மன்னிச்சுரு டா குட்டிராசு, உன்ன நாங்க கொன்னுட்டோமே. உன்ன காப்பாத்த முடியலையே, உன்ன காப்பாத்த நான் வரலையே"

அவனின் தந்தை, "என்ன மன்னிச்சுரு பா, இப்பிடிலாம் ஆகும்ன்னு தெருஞ்சுருந்தா நான் இவன கூட்டிட்டே போயிருக்க மாட்டேன்"

"யோவ் போயா. நீ வேணுன்னு தான் அவன கொன்னுருக்க"

"உனக்கு இப்போ என்ன சமாதானம் சொல்லனும்ன்னு எனக்கு தெரியல"

"ஒரு வெலக்கமாரும் வேணாம். என் முன்னாடி யாரும் நிக்காதிங்க, நிக்காதிங்க. நீங்கலாம்

கொலகாரனுங்க, யாரும் என் மூஞ்சில முழிக்கக் கூடாது".

அழுது கொண்டிருக்கும் போது திடிரென அவனுக்கு ஒன்று தோன்றியது. சில நொடி யோசித்து அழுகையை நிறுத்தி, "எப்பா, இங்க வா"

"என்னய்யா"

"என் தல மேல கை வை. என் தலைல கை வை", அவர் அவனின் தலையில் கை வைக்க, "என் மேல சத்தியம் பண்ணி சொல்லு. இது ஆட்டுக் கறியா ?". அவர் யோசிக்க, "சொல்லுப்பா, சொல்லு"

"இது ஆட்டுக் கறியும், அதோட", இதுவரை சரியாக சொல்லி, அடுத்து சொல்லப்போவதை திக்கித்திக்கி, "அ., அவனோட க., கறியும்" என்று சொல்லி உலகத்திலேயே மிக பெரும் குற்றம் செய்தவர் போல் ஆனார்.

அதை கேட்டதும் அவனால் பேச முடியாமல் மூச்சடைத்து போய், மயக்க நிலைக்கு செல்வது போல் ஆனான். மூச்சுத்திணறல் ஏற்பட்டது. வாந்தி வருவதைப் போல் ஆனது அவனுக்கு. தின்ற அனைத்தையும் வெளியேற்ற, தன் விரலை அவன் வாய்க்குள் விட்டு வாந்தி எடுக்க முயன்றான். அப்படி செய்தும் வராததால், அருகில் இருந்த குச்சியை எடுத்து வாய்க்குள் விட்டு வாந்தி வர வைக்கிறான். மேலும், கீழே இருக்கின்ற மண், சிறிய கற்கள் என எதை எதையோ எடுத்து அவன் வாயில் போட்டு வாந்தி எடுக்க வைக்கின்றான். அவனை நால்வரும் தடுக்க, அவன் அவர்களை உதறிவிட்டு அதை தொடர்கிறான். ஒரு வழியாக ஓரளவில் வாந்தி எடுத்தான்.

<hr>

பின் அவன் தன் தந்தையின் சட்டையை பிடித்து, "அய்யோ. ஐயய்யோ. குட்டிராசு உன்ன இப்படி பண்ணிடானுங்களே. அட மிருக கபோதியானுங்களா கடைசில இவன கொன்னு கறியாக்கி, அத சமச்சு என்னிய சாப்புட வச்சுட்டிங்களேடா. ஏன்யா அப்படி பண்ண. ஏன்ப்பா அப்பிடி பண்ண, அவனும் என்ன போல உனக்கு ஒரு புள்ளன்னு சொன்னியே பா. அப்போ நீ பொய் சொன்னியா பா, அவன உனக்கு புடிக்காதா, அதனால தான் அவன கொல்றதுக்கு கூட்டிட்டு போனியா. அப்பிடியே அவன் செத்துருந்தாலும் அவன பொதைக்காம ஏன் பா அவன கறியாக்கி சமச்சு சாப்புட வச்ச, ஏன்",

"அய்யா அப்பா, தெரியாம பண்ணிட்டேன் யா. தெரியாம பண்ணிட்டேன். அந்த நேரத்துல என்ன பண்ணனும்னு தெரியல. நம்ம நெலமல அப்பிடி பண்ணிட்டேன் யா. தப்பு தான் யா பெரிய தப்பு தான்", என கண்ணீர் மல்க அவனிடம் அவர் தவறினை வருந்துகிறார்.

அதன்பின் பல மணி நேரம் வரை அழுது புரண்டு மிக ஆக்ரோஷமாய் கத்தி, நால்வரையும் திட்டி தீர்த்தான். குட்டிராசுவை நினைத்து நினைத்து அவன் அழுதான். பின் கொஞ்சம் ஆசுவாசம் ஆன பின் அவர்களிடம் பேசுகிறான்.

"உங்கள அடிக்க வந்தவனுங்கள இவன் கடிக்க போனான், ஆனா நீங்க திரும்பி கூட பாக்காம, இவன் என்ன ஆனான்னு கூட பாக்காம அப்பிடியே வந்துடிங்க. இப்போ அவனும் செத்துட்டான். அப்போ நெசமா அவன உங்களுக்கு புடிக்காதா. அப்போ இவ்ளோ நாளும்

 சொல்லப்படாத உண(ர்)வு கதை

நீங்க சும்மாகாச்சுக்கும் அவன புடிக்கும்னு சொல்லிருக்கிங்க"

"அய்யோ, அப்பிடிலாம் இல்லயா. உன் மேல சத்தியமா சொல்றேன் அவனையும் எனக்கு புடிக்கும். விதி அப்பிடி பண்ண வச்சுருசே பா. சாப்பாடு தண்ணி சரியா தின்னு ரொம்ப நாள் ஆச்சு. உங்களுக்காகவும், நாம இருக்குற நெலமயாளவும் தான்பா அப்பிடி பண்ண வச்சுச்சு"

"உங்க எல்லார்டையும் ஒன்னு கேக்குறேன். ரொம்ப நாளா சாப்பாடு தண்ணி இல்லாம இருந்தா நீங்க பெத்த பசங்களையும் கொன்னு தின்னுருவிங்கள?"

அவனின் அம்மா, "அய்யா, ஏன்யா இப்பிடி பேசுற"

"ஏன்னா அவன் பெத்த புள்ள இல்லைல. என்ன இருந்தாலும் அது ஒரு நாய், அப்பிடி தான. அதனால தான அவன கொன்னிங்க. இது பாவமில்லையா, துரோகமில்லையா"

அம்மா, "இப்பிடிலாம் சொல்லாதயா"

பாட்டி அவனை சமாதானம் செய்ய முற்படுகிறார், "எய்யா, ஏன் இப்பிடி பேசுற. குட்டிராச கொன்னது வளசியூர் காரனுங்க யா. அவன் சாவப்போறோம்னு தெருஞ்சும், அவன் உசுர குடுத்து நம்மல காப்பாத்த தான் இங்க வந்து சாஞ்சுருக்கான். அதவிட நமக்காக சாப்பாட எப்பிடியாவது தேடிப்புடுச்சு எடுத்து சாப்புடரனும், அப்பிடி சாப்புடாம பட்டினியில இருந்தா அது தான் பாவம், துரோகம் யா. இங்க பாருயா நாம ஏழையா வாழுரோமோ, இல்ல பணக்காரனா

வாழுரோமோ அதை எல்லாம் தாண்டி நாம உசுரோட வாழனும் யா"

பாட்டி இவ்வாறு சொல்லிய பின் அவனுக்கு அந்தக் கதையில், காட்டுப்பூனை இறுதியாக தாய்ப்பறவையிடம் சொல்லிய வார்த்தைகள் அவனுக்கு நினைவுக்கு வந்தது.

'பசி பட்டினி, பஞ்சத்தில் வாடியிருக்கும் எந்த ஜீவனாக இருந்தாலும் அந்த நேரத்தில் தன் வயிற்றுக்காக தன் வாழ்க்கைக்காக தனக்கான உணவுக்காக அந்த ஜீவன்கள் என்ன செய்தாலும் அது சரியாகவே இருக்கும். அந்நேரத்தில் அந்த ஜீவன்களுக்கு குறிக்கோள், நோக்கம், லட்சியம், ஆசை இவையெல்லாம் ஒன்றே. அது அந்த வயிற்றுக்கு போதுமான உணவு மட்டுமே. அந்த நேரத்தில், அந்த ஜீவன்கள் என்ன செய்தும், எவ்வழி சென்றும் அவற்றுக்கான உணவை எடுத்துக் கொண்டாலும் அந்த ஜீவன்களுக்கு அதுவே சரி, அதுவே தர்மமாகும். அப்படி ஏதாவது தவறிழைத்தாலும், அந்த ஜீவன்கள் தவறிழைக்கவில்லை. ஏதோ ஒரு வகையால், ஏதோ ஒரு காரணத்தால், ஏதோ ஒரு அல்லது பல ஜீவன்களால் அது தவறிழைக்கப்பட்டது என்பதே சரியாகும். அது அவற்றின் தவறு அல்ல, அவற்றை இந்த நிலைக்கு தள்ளிய இந்த உலகத்தின் தவறு' என்று காட்டுப்பூனை சொல்லிய அத்தருணம் அவன் மனதிற்கு வந்தது.

அம்மா, "அந்த மலைல சந்தோசமா இருந்தோம். இங்க வரவச்சு நம்ம சந்தோஷத்துல மண்ணள்ளி போட்டாங்களே"

   சொல்லப்படாத உண(ர்)வு கதை

அப்பா, "நம்மளுக்கு மட்டும் ஏன் தான் இப்பிடி கஷ்டமா வருதோ. சரியா சாப்பாடு இல்ல, எங்கேயாவது வெளில போனா ஏன் டா இங்கலாம் வந்தீங்கன்னு அடிச்சு வெரட்டுறாங்க. நாம என்ன தான் பன்றது"

பாட்டி தான் வைத்த கல் சாமியை பார்த்து, "எய்யா, இங்க இருந்தும், மேலருந்தும் எங்கள பாத்துட்டு இருக்குறவனே யப்பா சாமி காட்டு மலையாண்டி. நான் கண்ண மூடுறதுக்குள்ள நீ தான்யா எங்கள ஒரு நல்ல நெலமைல வைக்கணும். உன்ன தான்யா மலை போல நம்பிட்டு இருக்கேன்"

பாட்டி இவ்வாறு சொல்லியவுடன். அழுது புரண்டு மிக ஆக்ரோஷமாய் கத்தி பின் சற்று ஆசுவாசமாய் இருந்த சிறுவன், அவன் பாட்டி இறுதியாக சொல்லியதை கேட்டு வெறுப்பாகி மீண்டும் கோவமாய் மாறி, "அடி கெளட்டு முண்ட, கிறுக்கு முண்ட. உனக்கு கொஞ்சம் கூட அறிவே இல்ல. அது வெறும் கல்லா தான் இருக்கு. எவ்ளோ நாளு நீயும் எங்க நெலமைய மாத்து மாத்துன்னு சொல்லி கேட்டுட்டே இருக்க, ஆனா ஒரு மசுரும் இங்க மாறலயே, முன்ன இருந்தத விட மோசமா தான் போறோம். அப்பிடி இது உன்மையா இருந்தா நாம ஏன் இன்னு இந்த நெலமைலயே இருக்கோம். இன்னைக்கி எனக்கு நல்லா புருஞ்சுருச்சு, நீ சாமி சாமின்னு சொன்னதுலாம் பொய்யின்னு. அது வெறும் சாதா கல்லு தான். அது ஒண்ணும் நம்மல மாத்த போறதில்ல, நாம தான் நம்மல மாத்தணும் போல"

"மனுஷங்க நம்மளோட தேவைக்காக பாவப்பட்ட மிருகங்கள கஷ்டப்படுத்துறோம்.

கொஞ்சம் கூட ஈவு இரக்கம் இல்லாம குட்டிராச இப்பிடி பண்ணானுங்கல. இருங்கடா செத்த முண்டைகளா உங்களுக்கு இருக்குடா” என சொல்லி அவன் மீண்டும் கோபமாகி அதோடு ஆக்ரோஷமும் சேர்ந்து வெறி பிடித்த வெறியன் போல் மாறினான்.

அவனை சுற்றி கீழே இருந்த கற்களை எடுத்து, அவனை சுற்றி இருந்த பொருட்களின் மீது எறிந்தான். நால்வரும் அவனை தடுக்க முயன்றும் அவர்களால் முடியவில்லை. பின் அதே வெறியோடும் வெறுப்போடும் ஒரு பெரிய கல்லை எடுத்து, அவன் பாட்டி ‘சாமி’ என்று வைத்து வழிப்பட்ட கல் மீது மிக கோபமாய் ஓங்கி எறிந்தான். அந்த சாமி கல் இரண்டாக உடைந்தது.

சிறுவன், இந்த இடம் இப்பொழுது இவனுக்கு நரகமாய் மாறிவிட்டது என்றும், இனி இந்த இடத்திற்கு வர போவதில்லை என்றும், தனியாக வேறு எங்கேனும் செல்லலாம் என்றும் முடிவெடுத்தான். அதன்பின், ஒரு சிறிய கல்லை எடுத்து சுந்தராசுவின் மண்டையில் எறிந்து, அங்கிருந்து ஓடினான்.

ஓடினான், ஆக்ரோஷமாய், கோபமாய் ஓடினான். அவனின் நண்பனும், சகோதரனுமான அவனின் குட்டிராசுவை சிதைத்த அந்த காட்டுமிராண்டிகளின் இடத்தை நோக்கி ஓடுகிறான். அந்த ஊருக்குள் வந்ததும், யார் கண்களிலும் படாமல் மறைவாய் இருந்துக் கொண்டு அனைத்து ஆண்களின் மேலும் கற்களை கொண்டு வீசிக்கொண்டே இருந்தான். விதவிதமாய் பல இடங்களில் மறைந்துக் கொண்டு அவன் கண்களில் படும் ஆண்கள் மீது

கல் மழையை தூவி எறிந்தான். அதன்பிறகு அப்படி செய்தும், அவனின் அடங்காத கோபத்தோடு அங்கிருந்து யார் கண்ணிலும் படாமல் அந்த ஊரிலிருந்து சென்றான்.

ஓடுகிறான், ஓடுகிறான் வேறு புதிய இடம் தேடி, பசி பஞ்சம், பட்டினி இவை இல்லாத இடம் தேடி ஓடுகிறான். குட்டிராசை கொன்ற காட்டுமிராண்டிகள் இல்லாத இடம் தேடி ஓடுகிறான். பல காலமாய் எந்த மாற்றமும் நிகழாமல், தன்னை மிருகமாக்கிய அந்த உலகத்திலிருந்து வேறு புதிய உலகம் தேடி, புதிய அவனை தேடி ஓடுகிறான்.

இவற்றை எல்லாம் தேடி ஓடிக்கொண்டிருக்கும் பொழுது அந்த நாளில் நடந்த பல நிகழ்வுகள் தானாக அவனின் நினைவுக்கு வந்து, அவன் மனதில் ஓடியது. அவனுக்கு அது உண்மையாகவோ, கனவிலோ, மாயையோ அதில் வந்த இருவரும் அவர்கள் சொல்லிய காட்டுப்பூனை - தாய்ப்பறவை கதையும், அதிலிருந்த சில நிகழ்வுகளும், பின் அக்கதைப் பற்றிய உரையாடல்களும், அவனின் வாழ்க்கை பற்றிய உரையாடல்களும் என பல நினைவுகள் ஒன்றோடு ஒன்றை தொடர்புபடுத்தி சில முக்கியமானவை ஒரு கோர்வையாக தானாக அவன் மனதிற்குள் ஓடியது.

காட்டுப்பூனையின் கதையும், அவனது நிலைமையும் ஒன்றாக பொருந்துகிறது என நினைத்துக் கொண்டான். அதோடு ஆண் காட்டுப்பூனையின் உடலும், குட்டிராசின் உடலும் தங்கள் குடும்பங்களுக்கே உணவாய் ஆனது. என இவ்வாறு அவன் மனதில் ஓடியது.

அவன் மனதில் பல எண்ணங்கள், பல நினைவுகள் ஓடினாலும். அவன் கால்கள் அவனுக்கான இடத்தை தேடி ஓடுகிறது. ஓடுகிறான், ஓடுகிறான். அவன் முதன்முதலில் இருந்த அந்த பெரிய மலை அவன் கண்ணுக்கு தெரியாத தூரம் வரை சென்றுவிட்டான். மாலை ஆரம்பித்த ஓட்டம் இரவு வரை தொடர்ந்தது, அந்த இரவில் ஒரிடத்தில் அவன் ஓட்டத்தை தற்காலிகமாக நிறுத்தினான். சிறுது நேரம் அவன் ஓய்வெடுக்க, அதே நேரத்தில் அவனுக்கு பசியும் எடுத்தது. எவ்வளவு தூரம் ஓடியிருப்பான் என்று அவனுக்கே தெரியாது. பசியில் உணவுக்காக தேடிக்கொண்டிருந்த சமயத்தில் வந்தது அவனுக்கு அதிர்ஷ்டமா அல்ல அவன் புதிய வாழ்க்கையின் தொடக்கமா என்பதைப் போல் அந்த பக்கம் வந்த சில தன்னார்வலர்கள் இவனை பார்த்தார்கள். இவனுக்கு உணவளித்து, அவனை பற்றி அவர்கள் கேட்க, அச்சிறுவன் தன் உண்மையான அடையாளத்தை மறைத்து, அவனாகவே ஒரு புதிய அடையாளத்தை உருவாக்கி அதை அவர்களிடம் கூறினான்.

பின்னர், அந்த தன்னார்வலர்கள் தங்களைப் பற்றியும், தங்களின் அமைப்பை பற்றியும் முழு விவரங்களையும் இவனிடம் கூறி, "எங்க கூட வர்றியா, உனக்கு நல்லா சாப்பாடு போட்டு நல்ல துணிமணி குடுத்து, நல்ல ஸ்கூல்ல உன்ன படிக்க வக்கிறோம். உன்ன மாதிரி பசங்க நெறைய பேர் இருக்காங்கபா. உனக்கு நல்ல ப்ரெண்ட்ஸ்லாம் கெடைப்பாங்க எங்க கூட வர்றியா" என்று அவர்கள் கேட்க, இவனும் சரி என்று ஒப்புக்கொண்டான்

பின் அவனின் சொந்த குடும்பத்தை வேறு யாரோ என்பது போல், தன்னார்வலர்களிடம் சொல்லி, அவர்களின் நிலைமை பற்றியும், அவர்கள் உணவின்றி இருப்பதை பற்றியும் இவன் கூற, சில தன்னார்வலர்கள் அங்கு போய் அவர்களை மீட்டெடுக்க சென்றார்கள்.

பின்பு மீதமிருந்த தன்னார்வலர்கள் அவனை தங்களுடன் கூட்டிச் சென்றனர். அவர்களுடன் வாகனத்தில் ஏறி சென்றான் அச்சிறுவன்.

அவர்களோடு வாகனத்தில் செல்லும்போது அவன் மனதில் ஆண் காட்டுப்பூனை அதன் துணையிடம் இறுதியாக சொன்ன, 'இறுதியாக ஒன்று. உன் கடைசி மூச்சுள்ள வரையிலும் உனக்கான உணவையும் உரிமையையும் தேடு அப்படி தேடியும் உணவும் உரிமையும் கிடைக்காமல் நீ இறந்தாயானால். கவலை கொள்ளாதே நீ உன்னால் இறக்கவில்லை, ஏதோ ஒரு வகையால், ஏதோவொரு காரணத்தால், யாரோ ஒருவரால் அல்லது பலரால் நீ சாகடிக்கபட்டாய் என்பதுவே சரியாகும். அது உன் தவறு அல்ல இந்த உலகின் தவறு' என்ற இந்த வார்த்தையும். பின், 'நீ தனியாக இருக்க பழகிக்கொள், அது உனக்கு பல நேரங்களில் உதவும்' என்ற வார்த்தையும் அவன் மனதில் ஒலித்தோடு அழுத்தமாய் பதிந்தது.

இதுவரை இருளில் இருந்தவன், இப்பொழுது வெளிச்சத்தை நோக்கி பயணிக்க ஆரம்பித்து விட்டான். அவன் எதிர்ப்பார்த்தபடி புதிய இடத்திற்கு செல்கின்றான். புதிய உலகத்திற்கு, புதிய அவனாய் செல்கின்றான் அவனின் புதிய வாழ்க்கை ஆரம்பமானது.

அத்தியாயம் – 5

புதிய பாதை

ஒருவழியாக ஆரம்பத்தில் சொன்னது போல், அந்த எழுத்தாளரின் ஆழ் மனதிற்கு சென்று உண்மையான வடிகட்டாத அந்தக் கதையை, அவர் சொல்ல நினைத்த அந்தக் கதையை அவரின் கையில் இருக்கும் எழுதுகோலை போய் சேரும்முன் அவர் மனதில் உலாவிக்கொண்டிருந்த அக்கதையை நாம் கண்டுவிட்டோம்.

இந்த எழுத்தாளருக்கும், இவரின் ஆழ்மனத்தில் இருந்த அந்தக் கதைக்கும் மிக நெருங்கிய தொடர்பு இருக்கிறது. ஏனென்றால், அந்தக் கதை இவரின் சொந்த கதையே. அது கதையல்ல, அவையனைத்தும் அவரின் சிறுவயது வாழ்க்கையே நாம் முன்பு பார்த்த அந்தக் கதை முழுவதும். ஆம், அந்த சிறுவன் தான் இந்த எழுத்தாளர். இந்த எழுத்தாளரே அந்த சிறுவன்.

அந்த தன்னார்வலர்கள் கூறியதைப் போல் நல்ல உணவு, உடுத்த நல்ல உடை, அவர்கள் நடத்தும் அமைப்பின் உதவியினால் நல்ல பள்ளியில் சேர்ந்து நன்றாக படித்தான். அந்த பருவத்தில் இருந்து பல விஷயங்களை, பல சமூக விஷயங்களை தெரிந்துக்கொண்டான். வாழ்க்கை பற்றியும், சமூகத்தைப் பற்றியும் அவனுக்குள் உதிந்த பல கேள்விகளுக்கான விடைகளை தேடிப் பிடித்து கண்டறிந்தான். புத்தகங்களை அதிகம் படித்து அவனின் அறிவை மேலும் பெருக்கிக்

கொண்டான். பல சமூக கூட்டங்களுக்கு சென்றான், சமூக அமைப்புகளில் உறுப்பினரானான், சமூக போராட்டங்களில் பங்கேற்றான், பின் எழுத்தாளர் ஆனார். பல புத்தகங்களை எழுதி சமூக மாற்றத்திற்காக உழைக்கும் பலரில் ஒருவரானார்.

இவரின் மனதிற்குள் புதைந்து கிடந்த பல கேள்விகளுக்கு விடை கண்டுக்கொண்டார். இவரின் சிறு வயதில் அந்த நிலைமைக்கு தள்ளப்பட்டதற்கு யார் காரணம் என்ன காரணம் என்று கண்டுகொண்டார். அது மட்டுமில்லாமல் பல செயல்களுக்கான காரணங்களையும், என்ன காரணம், யார் காரணம் என தேடிப்பிடித்து அறிந்துக் கொண்டார்.

இவருக்கு அந்த நாளில் நடந்த அந்த நிகழ்வு எப்பொழுதும் அவர் நினைவில் இருந்து மறக்காது, அது அவரின் ஆழ்மனத்தில் பதிந்துவிட்டது, அந்த பூனை – பறவை கதை, குட்டிராசு, அந்த இருவர். அன்று நடந்த அந்த நிகழ்வு உண்மையில் நடந்ததா அல்ல கனவா அல்ல மாயையா என இன்றும் இவருக்கு அந்த மனக்குழப்பம் இருந்தது.

சில நேரங்களில் அந்தக் கதையில் காட்டுப்பூனை பேசியதும், அந்த இருவர் பேசியதும் அவ்வப்போது அவரின் நினைவுக்கு வந்து வந்து போகும். "உன்னையும் குட்டிராசுவையும் வைத்து விளக்கம் தருகிறேன். இனி குட்டிராசுவால் உனக்கு ஒரு புதிய புரிதல் ஏற்படும்" என்று ஈசன் கூறியது அவர் நினைவுக்கு வந்தது.

இவர் தன் சிறு வயதில், தன் குடும்பத்தை விட்டு வந்தாலும், தூரத்திலிருந்து இவரின் குடும்பத்தை பார்ப்பார், அவர்களுக்கு தேவையானதை, வேறொருவர் மூலமாக இவர் செய்வார். இப்போது அவரின் குடும்பத்தாரின் நிலைமை முற்றிலும் நல்ல நிலைமையில் மாறியிருந்தது. அதை பார்த்தும் அவர் மகிழ்ச்சியடைந்தார்.

இப்பொழுது நாம் பார்த்த கதையை, இவரின் ஆழ்மனத்தில் புதைத்திருந்த அந்தக் கதையை, இவரின் சிறு வயது வாழ்க்கை பயணத்தை எழுத வேண்டுமென பலமுறை நினைத்தார். ஒவ்வொரு முறையும் எழுதுகோலை எடுத்து காகிதத்தில் எழுதப்போக, அவருக்குள் ஏதோ ஒன்று அக்கதையை எழுதவிடாமல் தடுத்தது. அவர் ஒவ்வொரு முறையும் ஆழ்மனத்தில் இருந்த தன் சிறுவயது வாழ்க்கையை எழுத ஆரம்பிக்க, மனதில் ஏதோவொரு சஞ்சலத்தால் அவர் வேறு ஒரு கதையை எழுதுவார். இது பலமுறை தொடர்ந்தது, இம்முறையும் அதுபோலவே. நாம் இந்தக் கதையை ஆரம்பித்த நேரம் கூட இவர் அதைப் பற்றி நினைத்து எழுத ஆயத்தமாகி எழுதுகோலை எடுத்து காகிதத்தில் வைத்தார், வைத்தவுடன் அதேபோல் வேறு கதையை எழுதத் தொடங்கினார்.

நல்ல வேலையாக நாம் அவரின் எழுதுகோலை பின்தொடராமல் அவரின் ஆழ்மனதிற்கு சென்று உண்மையான வடிகட்டாத அந்தக் கதையை, சொல்லப்படாத அந்தக் கதையை, அவர் சொல்ல நினைத்த அந்தக் கதையை, கொடுமையான கதையை, நாம் பார்த்து விட்டோம். அவர் எப்பொழுது அதை எழுதுவாரோ என்பது அவருக்கே தெரியவில்லை போல.

இறுதியாக ஒன்று. இந்த எழுத்தாளர், தனக்கு நேர்ந்த இன்னல்களுக்கு என்ன காரணம், யார் காரணம், எதனால் காரணம் என்பதை அவர் அறிந்துக் கொண்டார். அதே போல் இந்த காட்டுப்பூனை – தாய்ப்பறவை கதையில், செழிப்பாக இருந்த அந்த காடும் அதில் வாழ்ந்த பல உயிரினங்களுக்கும், இரு காட்டுப்பூனைகளுக்கும், தாய்ப்பறவைக்கும், புழுவிற்கும், குட்டிராசுக்கும் நேர்ந்த இன்னல்களுக்கு என்ன காரணம், யார் காரணம், எதனால் என்பது அவைகளுக்கு தெரியாது. ஆனால், இதைப் படிக்கின்ற நம்மளுக்கு தெரியுமல்லவா. அவற்றின் அழிவிற்கும், அவைகள் உணவின்றி உயிர் பிரிந்ததற்கு என்ன காரணம், யார் காரணம், எதனால் என்பது அவைகளுக்கு தெரியாது. ஆனால், இதைப் படிக்கின்ற நமக்கு தெரியுமல்லவா.

ஒரு வழியாக எப்படியோ தொடங்கி, இப்படி வந்து முடிக்கின்றேன்.

ஏன் மிருக தர்மம் ?

இந்த உலகில் இருக்கின்ற மனித இனத்தின் ஆதி தொடக்கம் விலங்கில் இருந்து வந்ததே. ஐந்தறிவு விலங்கிலிருந்து ஆறு அறிவாக பரிணாம வளர்ச்சி அடைந்ததினால் இன்று நாம் மனிதர்கள் என்று சொல்லிக் கொள்கிறோம்.

ஆனால் சில மனிதர்கள் மிருகத்தைக் காட்டிலும் மிகக் கொடியதாய் நடக்கின்றனர். சாதி, மத, இன ஏற்றத்தாழ்வு போன்ற பாகுபாடுகள் பார்ப்பது, பல மனிதர்கள் இந்த ஏற்றத்தாழ்வு சரியான தர்மம் என்று கருதுவதெல்லாம் மிருக தர்மம் தான் தவிர மனித தர்மம் இல்லவே இல்லை.

ஐந்தறிவு மிருகங்கள் கூட இவ்வாறு ஏற்றத்தாழ்வு பார்ப்பதில்லை, ஆனால் ஆறு அறிவாக இருக்கும் மனிதர்கள் அவ்வாறு பார்ப்பது அம்மிருகங்களை விட கொடிய மிருகம் என தெரிகின்றது.

மனிதன் என்பவன் மிருகத்திலிருந்து வந்ததினால் ஒருவகையில் அவனும் மிருகமே. அவன் சரி என நினைத்துக் கொண்டிருக்கும் மனித தர்மமும் கூட மிருக தர்மமே.

என்னதான் ஆனாலும் மனிதன் என்பவன் மனிதம் என்ற தேவதையை கொண்டிருக்கும் ஒரு மிருகம் தான். அந்த தேவதை என்றோ ஒரு நாள் மட்டுமே வெளியில் தென்படுவாள், மற்ற நேரம் மிருகமாய் தான் இருப்பார்கள் இந்த மனிதர்கள்.

முடிவுரை

இறுதியாக இந்தக் கதையில் கூறியது போல், இது உண்மையில் நடந்த கதையாக இருக்கலாம், நடந்துக்கொண்டிருக்கும் கதையாக இருக்கலாம், இனி நடக்கப்போகிற கதையாகவும் இருக்கலாம். அதே போல் இந்தக் கதை உண்மையாகவும் இருக்கலாம், அல்லது உண்மையின் பின்பமாக இருக்கலாம். இந்த உலகத்தில் ஒவ்வொரு நாளும் ஏதோவொரு மூலையில் ஏதோவொரு உயிர் அழிந்துக்கொண்டு இருக்கிறது. அதற்குக் காரணம் என்ன? யார்? என்பது நம் மனதிற்கு தெரியும்.

மீண்டும் சொல்லிக்கொள்கிறேன், வாசகர்களாகிய உங்களுக்கு என் மனமார்ந்த நன்றி. இது என் முதல் புத்தகம். இதைப் படித்து முடித்தபின் உங்களின் மதிப்புமிக்க கருத்துகளை தெரியப்படுத்துங்கள். முன்பு கூறியது போல தான், ஏதோ எனக்கு தெரிந்த அறிவோடு ஒரு கதை எழுதியுள்ளேன். இந்தப் புத்தகம் உங்களை கவர்ந்ததா இல்லையா என்பது எனக்கு தெரியாது. ஆனால் ஏதோ ஒருவகையில் இது உங்களுக்கு ஒரு நல்ல அனுபவத்தை கொடுத்திருக்கும் என நான் நம்புகிறேன். இந்த புத்தகத்தில் வார்த்தைப் பிழை போன்று ஏதேனும் தவறுகள் இருந்தால் என்னை மன்னித்து அந்தத் தவறுகளை எனக்குத் தெரியப்படுத்துங்கள். இது எனது முதல் புத்தகம், என் அடுத்த கதையில் இதுபோன்ற தவறுகள் வராமல் என்னை நான் திருத்திக்கொண்டு நல்ல கதைகளை எழுதுவேன் என கேட்டுக்கொள்கிறேன்.

என் புத்தகத்தை தேர்ந்தெடுத்ததற்கு மீண்டும் என் நன்றிகள்.

நன்றி வணக்கம் !!!

அன்புடன்

சு. ஜீவா நாதன்

யார் கடவுள் ?

பக்திக்கு பலி கேட்பவனா ?

பசிக்கு உணவளிப்பவனா ?

சிந்தித்துப்பார்...!

- தந்தை பெரியார்

நீ பிறந்த சமூகத்தின் விடுதலைக்காக, நீ
போராடவில்லையெனில் அச்சமுகத்தின்
முதல் சாபக்கேடு நீ தான்!...

- அண்ணல் அம்பேத்கர்

www.ingramcontent.com/pod-product-compliance
Lightning Source LLC
LaVergne TN
LVHW042202190726
843493LV00006B/1778